कथोकळी

दिलीपराज प्रकाशनाची सर्व पुस्तके आता आपण Online खरेदी
करू शकता. आमच्या website ला कृपया अवश्य भेट द्या.
www.diliprajprakashan.in

कथोकळी
(ललित गद्य)

रवीन्द्र पांढरे

दिलीपराज प्रकाशन प्रा. लि.
२५१ क, शनिवार पेठ, पुणे - ४११ ०३०

प्रकाशक
राजीव दत्तात्रय बर्वे,
मॅनेजिंग डायरेक्टर,
दिलीपराज प्रकाशन प्रा. लि.,
२५१ क, शनिवार पेठ,
पुणे - ४११ ०३०

© **सौ. सावित्री रवीन्द्र पांढरे**
जळगांव

प्रथमावृत्ती : २५ डिसेंबर २०१२

प्रकाशन क्रमांक : १९७१

ISBN : 978 - 81 - 7294 - 964 - 8

टाइपसेटिंग :
पितृछाया मुद्रणालय,
९०९, रविवार पेठ,
पुणे - ४११ ००२

मुखपृष्ठ : शिरीष घाटे

कथोकळी / Kathokali

कथोकळीच्या-------

-------- सर्वांना

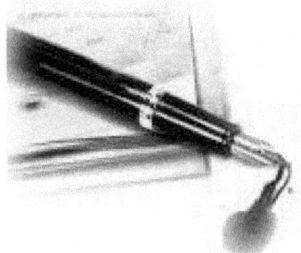

मनोगत

'**क**थोकळी' हा माझ्या ललित गद्य लेखांचा पहिलाच संग्रह. विविध दिवाळी अंकांतून प्रकाशित झालेल्या माझ्या ललित गद्यलेखांचे साहित्यिक, रसिक वाचकांनी वेळोवेळी, कधी फोन करून तर कधी पत्र लिहून कौतुक केले, मनस्वी दाद दिली. त्यांच्याकडून लाभलेल्या उत्तेजनेमुळेच 'कथोकळी' हा संग्रह सिद्ध झाला आहे.

माझा गाव माझ्या साहित्यलेखनाचा प्रेरणास्रोत आहे. माझ्या एकूणच साहित्यातून माझा गाव जिवंत झऱ्यासारखा झुळझुळताना दिसतो. 'कथोकळी' मधील लेखांचा केंद्र बिंदू देखील मी अनुभवलेलं गावच आहे. गाव म्हटलं की, गावाचा परिसर, परिसरातील लोक, त्यांची बोली, शेती-मातीशी अपरिहार्यपणे जोडलं गेलेलं त्यांचं परंपरागत आणि कालौघात बदलत गेलेलं समाजजीवन हे सर्व आलंच. आणखी समाजजीवन घडवणाऱ्या-बिघडवणाऱ्या रूढी-परंपरा, रीती-रिवाज, श्रद्धा-अंधश्रद्धा, नीती-अनीती, पाप-पुण्य यांच्या संकल्पना, लोककथा, दंतकथा हे सर्वही ओघाने येतेच. या सगळ्याच्या अनुषंगाने समाजजीवनाच्या वाटेवर येणारे भोग-सुख दुःख, व्यथा-वेदना, हेवे-दावे आणि एकूणच मानवी वृत्ती-प्रवृत्ती वाचकांना 'कथोकळी' मधून अनुभवता येतील. 'कथोकळी' मधील समाजजीवन एकूणच खेड्याचं आणि खेड्यामधील समाजजीवनाचं किती प्रतिनिधित्व करतं, हे जाणकार समीक्षक आणि रसिक चोखंदळ वाचक ठरवतीलच.

माझ्या एका साक्षेपी हितचिंतक स्नेह्याच्या मतानुसार

'कथोकळी' मधील समाजजीवन निश्चितच दखलपात्र आहे; पण तरीही या ललित लेखांमधून समाज-संस्कृतीचा अभ्यासपूर्ण वेध घेणाऱ्या संशोधकाच्या नजरेतून टिपलेले समाजजीवन आले असते तर ते समाज-संस्कृतीचा दस्तऐवज म्हणून अधिक उपयुक्त ठरले असते. माझ्यावरील निर्मळ स्नेहापोटीच त्यांनी हे मत नोंदवले आहे, याची मला अंतःकरणपूर्वक जाणीव आहे. पण शेवटी प्रत्येकाच्या काही मर्यादा असतात. माझ्याही आहेतच. मी विज्ञानाचा पदवीधर आहे, समाज- संस्कृतीचा अभ्यासू संशोधक नाही. परिणामी माझे हे लेखन ललित लेखनाच्या अंगानेच झाले आहे. हे काही संशोधकाच्या नजरेने टिपलेले समाज संस्कृतिचे संशोधन नाही, हे मी नम्रपणे सांगू इच्छितो. साहजिकच माझी अशीही इच्छा असेल की, चिकित्सक समीक्षकांनी आणि चोखंदळ रसिक वाचकांनीही माझ्या या लेखनाकडे ललित लेखन म्हणूनच पहावे; समाज-संस्कृतीचे संशोधन म्हणून नव्हे. आणिअसे असले तरी, किमान माझ्या परिसरातील समाजजीवनाचा, समाज-संस्कृतीच्या अंगाने अभ्यास करणाऱ्या एखाद्या संशोधकास माझे हे लेखन उपयुक्त ठरणारच नाही, असेही कुणाला ठामपणे म्हणता येईल, असे वाटत नाही. या दृष्टीने कथोकळीची उपयुक्तता-अनुपयुक्तता येणारा काळच ठरवेल. तूर्तास हे येणाऱ्या काळावर सोपवलेले बरे!

माझ्या साहित्यिक वाटचालीत साहित्याच्या माध्यमातून श्री. राजेंद्र बनहट्टी, प्रा. रा. रं. बोराडे, श्री. भ. मा. परसावळे, कविमित्र इंद्रजित भालेराव, श्री. अरुण शेवते. श्री. रवींद्र गोडबोले, सुहासिनी कीर्तिकर, वाचकमित्र बाळासाहेब जाधव-जिंतुरकर या व अशा आणखी काही मान्यवर स्नेह्यांशी जिव्हाळ्याचे स्नेहबंध जुळून आले. या सर्वांचा निरपेक्ष, निर्मळ स्नेह माझ्या साहित्यिक वाटचालीत आश्वासक आत्मिक बळ देणारा आहे. हा स्नेह आयुष्यातील मौलिक ठेव आहे, असे मी समजतो. त्यामुळे या मान्यवर स्नेह्यांचे आभार मानण्याचा औपचारिक उपचार मी करत नाही.

दिलीपराज प्रकाशनाने 'कथोकळी' हे आहे त्या

देखण्या रूपात प्रकाशित करून, वाचकांना उपलब्ध करून दिले, त्याबद्दल **दिलीपराज प्रकाशन** परिवाराचा मी आभारी आहे.

'कथोकळी' च्या मनोगताच्या निमित्ताने वाचकांशी संवाद साधता आला याचाही आनंद आहेच.

शेवटी रसिक चोखंदळ वाचकांसोबतच मर्मज्ञ समीक्षकही 'कथोकळी'चं यथोचित स्वागत करतील, अशी आशा बाळगून माझे मनोगत संपवतो.

रवीन्द्र पांढरे

अनुक्रमणिका

कथोकळी
(ललित गद्य)

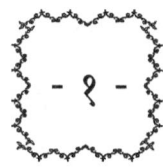

- १ -

झडीचा पाऊस

मृगाच्या पहिल्या पावसाचं स्वागत अवघी सृष्टी आसुसलेल्या देहा-मनानं आनंदविभोर होऊन करते. या पावसाच्या नुसत्या चाहुलीने माती ऋतूवर येते, डोंगर निळे होतात आणि झाडं आनंदानं डोलू लागतात. पावसाचं आगमन म्हणजे चराचर सृष्टीला आनंदाची पर्वणीच. हा आनंद अभिव्यक्त करण्याचीही एकेकाची एकेक तऱ्हा. मोर पिसारा फुलवून नाचतो, तर बैल शेपटीचा गोंडा पाठीवर टाकून स्वैर उधळतो. किड्या-मुंग्यांना पंख फुटतात. पंख फुटून अळ्यांचे पतंग होतात. अवघी सृष्टी पहिल्या पावसाला आनंदोत्साहानं सामोरी जाते.

पण झडीचा पाऊस म्हटला की, सर्वच त्याचं आनंदानं स्वागत करतील असं नाही. कारण हा झडीचा पाऊस केवळ जीवनदायी नसतो, तर तो कधीकधी जीवघेणाही असतो. तो किती काळ आणि कसा बरसेल, याला काही नियम नाही. कधी हवाहवासा वाटेल तर कधी वैताग आणेल. झडीचा पाऊस म्हणजे आभाळाला भोक पडल्यासारखा अथक कोसळणारा पाऊस. कधी तो रिपरिप बरसेल, कधी धो धो. पण बरसणं अखंड, निरंतर. वर कुंद धुरकट आभाळ आणि भोवती उदासवाणा भवताल. झडीचा पाऊस हळूहळू चैतन्य हरवत जाणारा, चराचरावर आळसाची उदासवाणी चादर पांघरणारा. झडीचा पाऊस म्हटला की, चिमण्या वळचणीला अंग चोरून बसतील. तशाच खुराड्याभोवती कोंबड्या. ओसरीतल्या उबदार कोपऱ्यात

जसं अंगाची मुटकुळी करून बसलेलं कुत्रं, तशीच माजघरात मांजर. चैतन्य, उत्साह म्हणून कुठे जाणवत नाही. मोठी माणसं तर दिवसातून कितीतरी वेळ सारखं म्हणत असतात, ''काय पण रिपरिप लावली गड्या या पावसानं! नुसता वैताग! काय जे पडायचं ते पडून मोकळा होत का नाही एकदाचा.'' मोठ्या माणसांच्या या वैतागाशी पोरा-टोरांना काही देणंघेणं नसतं. पाऊस म्हटला की, तो पहिला असो नाहीतर झडीचा; पोराटोरांसाठी आनंदाची पर्वणीच. झडीचा पाऊस म्हटला की, गार वाऱ्याची बोचरी झुळूक माझ्या अंगावर हवीहवीशी शिरशिरी उठवत माझ्या अंगाला झोंबून जाते आणि मी माझ्या पोरवयातल्या झडीच्या पावसाच्या आठवणीत हरवून जातो.

पस्तीस-चाळीस वर्षांपूर्वीच्या माझ्या पोरवयातल्या झडीच्या पावसाच्या आठवणी माझ्या मनात अजूनही जशाच्या तशा चिंब ओल्या आहेत. त्या वयात आम्हा भावंडांना पावसात भिजण्याचीच जास्त हौस; पण पाऊस लवकर उघडण्याचं लक्षण दिसत नसेल, तर अशा पावसात आम्ही भावंडं भिजणार नाही, अशी काळजी आई घ्यायची. शाळेत जाताना ती आमच्या अंगावर गोणपाटाची सहज तयार करता येणारी 'घोंगडी' पांघरून द्यायची. कोकणात अशा घोंगडीला 'इरलं' म्हणतात. 'इरलं' हा शब्द पहिल्यांदा भेटला तो मी इयत्ता दुसरीत शिकत असताना. बालबोध मराठीच्या पुस्तकातल्या एका धड्यात हा शब्द होता. त्या वेळी या शब्दाचा अर्थ मला अजिबात समजला नव्हता. गोणपाटाचं असं 'इरलं' म्हणजे 'घोंगडी' पांघरूनच आम्ही भावंडं झडीच्या पावसात शाळेत जायचो. त्या काळी शाळेत येणारी बहुसंख्य मुलं पावसात अंगावर घोंगडी पांघरूनच येत असत. गोणपाटाच्या या घोंगडीमुळे पावसाच्या पाण्यापासून तर संरक्षण मिळायचेच; पण 'झडग्या' पासूनही संरक्षण व्हायचे. (पाऊसझडीच्या दिवसांतील अंगाला झोंबणाऱ्या गार वाऱ्याला आमच्याकडे 'झडगं' म्हणतात.) आणखी ही गोणपाटाची 'घोंगडी' शाळेत गेल्यावर वर्गात बसायला 'बस्कर' म्हणूनही उपयोगी पडायची. गोणपाटाची घोंगडी अंगावर पांघरून येणाऱ्या आम्हा मुलांचे 'गोपाळकृष्णाचे सवंगडी' म्हणून गुरुजी कौतुक करीत असत. गावात सर्वसामान्य खेडूतही गोणपाटाची घोंगडी अंगावर पांघरूनच झडी पावसात वावरत असत. अगदीच दोन-चार अतिश्रीमंतघरचे लोक डोक्यावर छत्री घ्यायचे. छत्रीची चैन सर्वसामान्य कुटुंबीयांना त्या काळी तरी परवडण्याजोगी नव्हती.

बायांना तर त्या काळी छत्री वापरण्याचा परवानाच नव्हता जणू! त्यांनी पावसात बाहेर जायचं तर अंगावर गोणपाटाची घोंगडी पांघरून, नाहीतर चिंब

भिजत. नित्य शेतमजुरी करणाऱ्या शेतमजूर बाया अंगावर घोंगडी पांघरायला संकोच करत नसत. पण मध्यमवर्गीय कुटुंबातल्या स्त्रियांना मात्र ही गोणपाटाची घोंगडी अंगावर पांघरायला संकोच वाटायचा. म्हणून त्या पावसात चिंब भिजतच वावरत असत. त्या काळी आमच्या संपूर्ण गावात डोक्यावर छत्री घेऊन वावरणाऱ्या बाया फक्त दोनच. एक हायस्कूलमधल्या दीक्षितमॅडम अन दुसऱ्या आमच्या मराठी शाळेतल्या शांताबाई, ज्या मला पहिलीच्या वर्गात शिकवायला होत्या. पाऊस झडीच्या दिवसांत त्या आम्हा मुलांकडून पावसाची गाणी सामुदायिक रीत्या म्हणून घ्यायच्या. 'ये रे ये रे पावसा' तर नेहमीचंच. पण आणखी 'पाऊस आला सवंगड्यानो जलधारा पडती' किंवा 'पावसाच्या धारा, येती झरझरा' अशी काही पावसाची गाणी त्या म्हणून घेत. बाहेर झडीचा झिमझिम पाऊस पडतोय आणि आम्ही मुलं वर्गात तालासुरात पावसाची गाणी म्हणतोय. आम्हा मुलांना भारी मौज वाटायची. त्या बाळबोध वयात, आपल्या बाई आपल्याकडून पावसाची गाणी म्हणून घेतात म्हणूनच पाऊस पडतो, असेही आम्हा मुलांना वाटत असे.

एक-दोन दिवसांनंतरही झडीचा पाऊस सारखा लागून राहिला, तर आया मुलांना शाळेत पाठवत नसत. शाळेत जाताना भिंत कोसळून वा पत्रे उडून अपघात होण्याची त्यांना भीती वाटत असे. शाळाही बहुधा बंदच असे. अर्थातच आमची आईही आम्हा भावंडांना शाळेत जाऊ देत असे. मग आम्ही भावंडं घरीच अंगावर उबदार पांघरूण घेऊन झडीच्या पावसाची गंमत बघत बसायचो. धाब्याच्या पन्हाळातून आणि पत्र्यांतून संततधार पडणारे पाणी, गल्लीबोळांतून खळाळत वाहत जाणारे ओहळाचे पाणी, दारापुढच्या निंबाच्या झाडावरून निथळत ओघळणाऱ्या पाण्याच्या पागोळ्या, वळचणीला अंग चोरून बसलेल्या चिमण्या- अशा कशातही आम्ही मन रमवायचो. पाऊसझडीच्या दिवसांत दुपारी भूक लागली म्हणजे भाकरीला 'खार' (कैरीच्या लोणच्याचा रस) लावून भाकर खाणे हा आम्हा भावंडांचा खास आनंदोत्सव होता. एरवी कधी आम्ही भावंडं भाकरीला खार लावून भाकर खात नसू; पण झडीचा पाऊस असला, की दुपारच्या वेळी आम्हाला हटकून खार लावलेल्या भाकरीची आठवण यायची. पाऊसझडीच्या दिवसांत, त्या पोरवयात, 'खार' लावलेल्या भाकरीचा मी मनसोक्त आस्वाद घेतलाय.

त्या काळात भरून पावसाळ्यात दोन-तीन वेळा तरी झडीचा पाऊस बरसायचाच. पाऊसझडीही तीन-तीन, चार-चार दिवसांची. कधी कधी तर पाच-पाच दिवस पाऊस उघडायचं नाव घेत नसे. सर्वदूर नुसता पाऊस आणि पाणीच पाणी. शेतात वाफसा नसल्यानं शेतातली कामं बंद असत. त्यामुळे झडीच्या

दिवसांत शेतमजुरांना काम मिळेनासे होई. अशा वेळी ज्यांची हातावरची पोटं आहेत, अशा शेतमजुरांना घाटा-घुगऱ्या खाऊन, प्रसंगी उपाशी राहून पाऊस-झडीच्या दिवसांना सामोरं जावं लागायचं. आपल्या कुटुंबावर अशी वेळ येऊ नये म्हणून शेतमजुरांच्या कुटुंबातील कर्ते पुरुष आधीच्या आधी अक्षयतृतीयेला मोठमोठ्या शेतकऱ्यांकडे सालदारीनं, महेनदारीनं कामं स्वीकारत असत. झडीच्या पावसात शेतात काम नसलं तरी अशा सालदारांना, महेनदारांना ठरल्यानुसार मजुरी द्यावीच लागे. त्यामुळे अशा शेतमजुरांवर उपासमारीची वेळ येत नसे. शेतात काम नसल्यानं सालदार, महेनदारांना सन, अंबाडी यांच्या दोऱ्या वळण्याचं व त्यापासून दोर-दोरखंड वळण्याचं काम शेतकरी देत असत. आमच्याकडेही दोन गडीमाणसं महेनदारीनं कामाला असत. तेसुद्धा सन, अंबाडीच्या दोऱ्या वळण्याचं काम करीत असत. आमचं घर तसं ऐसपैस, मोकळंढाकळं होतं. बाहेरची बैठक उठा-बसायला मोकळी अन् रिकामीच होती. झडीचा पाऊस असला म्हणजे आमच्या कामावरची महेनदार माणसं दुपारच्या वेळी या बैठकीतच दोऱ्या-दोरखंड वळत बसायची. गल्लीतले दोघं-चौघं त्यांच्यासोबत हमखास येऊन बसत. मग बैठकीत दोऱ्या वळता वळता पुरा-पाण्याच्या, भुताखेतांच्या गप्पांना रंग चढे. या गप्पा ऐकण्यातही आम्ही रंगून जायचो.

त्या दिवशी बैठकीत अशाच गप्पा रंगल्या होत्या. पाऊस तीन दिवसांपासून सारखा कोसळत होता. नदी-नाले तुडुंब भरून वाहत होते. शेतंही पाझरायला लागली होती. रानात जिकडेतिकडे पाणीच पाणी आणि चिखलच चिखल. रानात जायची सोय उरली नव्हती. गुरंही घरीच बांधून ठेवली होती. अशा वेळी गुरांना, उन्हाळ्यात घरात साठवून ठेवलेला, कोरडा चारा टाकून त्यांची भूक भागवावी लागते. पण हा घरात साठवून ठेवलेला कोरडा चारा फार फारतर ज्येष्ठ महिन्यापर्यंत पुरतो. तोसुद्धा पुरेसा साठवलेला असला तर! अन्यथा झडी-पावसात गुरांवर उपासमारीची वेळ येते. सर्वसामान्य शेतकऱ्यांनी बहुधा जुजबी चारा साठवलेला असतो. त्यामुळे पाऊस लांबला तर रानात पुरेसा चारा न झाल्याने त्यांच्या गुरांवर उपासमारीची वेळ येते. मोठमोठ्या शेतकऱ्यांकडे साठवायला कोरडा चाराही भरपूर असतो आणि मोठमोठ्या वखारीसुद्धा!

कारभाऱ्याचा भाना असा खटल्यावाला मोठा शेतकरी. त्याच्या बखारीत पुरेसा कोरडा चारा साठवलेला होता. गवळीबुवाचा तुका मात्र सर्वसामान्य शेतकरी. त्याच्याकडचा चारा कधीच संपून गेला होता. त्याची गुरं दोन दिवसांपासून उपाशीच बांधलेली होती. आज उघडेल, उद्या उघडेल म्हणून पाऊस उघडायची

तो वाट पाहत होता; पण पाऊस काही उघडायचं नाव घेत नव्हता. पोट खपाटी गेलेल्या केविलवाण्या उपाशी गुरांकडे तुकाकडून पाहवलं जात नव्हतं. त्यानं अनेकांना चाऱ्यासाठी विचारलं. पण अशा वेळी देण्यासारखा चारा बहुधा सर्वसामान्य शेतकऱ्यांकडे शिल्लक नसतोच. त्याला कुणीतरी कारभाऱ्याच्या भानाचं नाव सांगितलं. कारभाऱ्याचा भाना आमच्या बैठकीत गप्पा मारत बसला होता. गवळीबुवाचा तुका आशेचा मारे पडत्या पावसात भानाचा माग काढत आमच्या बैठकीत आला आणि भानाला म्हणाला, "आ रे ओ ऽ भाना भू, चार-सहा पेंढ्या दे रे भाऊ मले कडब्याच्या. मव्हा कडबा आला हंगामात की चाराच्या बदल्यात आठ पेंढ्या परत करीन मी तुल्हे. पण आज येळ भागव गड्या मही. मह्ये ढोरं तसेच बांधेल आहे पहाय बिनचाऱ्याचे."

"नही बरं भो तुका भू. सगळं काही मांघ तू आपल्याले पन भुस अन कडबा नको मांघू. मह्या घरी का दोन अन चार ढोरं हाये का येड्या, लहान मोठे दहा बारा ढोरं आहेती मह्या घरी. एका सांजीलेच पंधरा वीस पेंढ्या कडबा तोडून टाकनं पडतो मले. लय कडबा लागतो तुका भू मले."

"लागू दे न भाऊ. तुह्याजवळ गच्ची कडबा आहे शिल्लक. चार सहा पेंढ्यानं काय फरक पडणार आहे तुल्हे."

"हे पहाय तुका भू, तू कडब्याची गळ नको घालू मले. दुसऱ्या कोन्हाकडे पहाय तू कडबा."

"दुसऱ्या कोन्हाकडे नही नं भाऊ चारा भेट्यासारखा. म्हनून तं तुह्याकडे आलो मी. आता काय आठ पंधरा दिवसांत तं हिरवा चारा व्हयीन शिवारात."

"तुल्हे वाटतं तुका भू तसं. पन गवत कांडीवर आल्याशिवाय हिरवा चारा कापून फायदा नही. नुसत्या पालगटानं फोकांडता तुका भू ढोरं. गवत कांडीवर याले अजून मह्यना लागीन."

"खरं आहे भाना भू तुव्ह. पन आता नही ले इलाज काय. ज्याहीच्या घरी कोल्डा चारा नही शिल्लक त्याहिले तं कापनंच पडीन हिरवा चारा. काही शेतकऱ्याहीन तं सोडले ढोरं चऱ्याले. आता उगच हे झडी आहे पान्याची म्हनून. नही तं मांघलाबी नस्ता तुल्हे कडबा."

"मांघला नस्ता काय, मांघुस नको. ह्या दिसात तुल्हेच काय पन कोन्हालेच मी कडबा देत नही अन देन्हारबी नही."

कारभाऱ्याच्या भानानं थुक तोडून आसं शिनठोक सांगितल्यावर गवळीबुवाचा तुका रडकुंडीला आला. केविलवाणा होऊन गयावया करत तो म्हणाला,

"आ रे मही नको पन त्या जित्राबांहीची तरी यिऊ दे जराशी कीव. दोन दिवसांपासून कटमकट बांधेल आहेती पहाय महे ढोरं. आतडं तुटतं त्याहिच्याकडे पाह्यलं की. काळजात कालवाकालव व्हते. तुह्या पाया पडतो बापा, मह्यासाठी नको पन त्या जित्राबासाठी म्हनून तरी दे चार पेंढ्या." केविलवाणा होऊन गयावया करता करता गवळीबुवाच्या तुकाच्या डोळ्यांत टचकन पाणी आलं.

अर्धा घंटा तुका भानाच्या कारोन्या करत होता, पण काही उपयोग झाला नाही. अखेर गवळीबुवाचा तुका धोतराच्या सोग्याला डोळे पुसत पुसत रिकाम्या हातानं परत गेला होता. झडीचा पाऊस म्हटला की, गोठ्यातल्या गुरांसाठी आतडे पिळवटून गयावया करत कडब्याच्या चार पेंढ्या मागणारा गवळीबुवाचा तुका अजूनही माझ्या डोळ्यांपुढे उभा राहातो.

असाच एक प्रसंग. झडीचा पाऊस उघडायचं नाव घेईना. तो सारखा लागून राहिला म्हणजे पांढऱ्या मातीचा पेंड टाकलेली धाब्याची घरं गळत असत. धाब्याचं घर एकदा का एका ठिकाणी गळायला सुरुवात झाली की, हळूहळू अख्खं घरच गळायला सुरुवात होत असे. वरतून गळती आणि खाली घरही ओलं, सर्दाळलेलं. उकिडवं बसलं तरी हातापायाला मुंग्या यायच्या. दिवसाउजेडी याच्या-त्याच्या घरी ओसरीत, बैठकीत जाऊन बसता यायचं. पण रात्र? रात्र तर रात्रभर उकिडवं बसून डोळ्यांत जागून काढावी लागत असे. घरात लहान लहान लेकरंबाळं असली म्हणजे तर फजितीला पारावर नसे. मग अशा वेळी गर्भारणीला प्रसूतीच्या कळा येऊ लागल्या तर? महारुबुवावर असाच प्रसंग गुदरला. महारुबुवा नित मजूर. आमच्या घराच्या पाठीमागच्या गल्लीत एका लहानशा धाबलीत राहायचा. पोर बाळंतपणाला घरी आलेली. झडीच्या पावसानं घर गळतंय अन् पोरीला प्रसूतीच्या कळा यायला लागल्या. पोरीची माय सीताबाई घाबरून गेली. पोरगी बाळंत झाल्यावर ह्या गळक्या घरात तिची सोय करावी कशी? सीताबाई घाबरं घाबरं आमच्या घरी आली. आईला म्हणाली, "कौसा माय, मह्या घरात म्हनशील तं तिळभर जागा कोल्डी नही. समदं घर गळून राह्यलं अन् नेमकी पोरीची बाळातपनाची येळ आली. मह्या घरी तिची सोय नही व्हनार. तू काहीतरी सोय लाव. नही तं मह्या पोरीचं काही खरं नही." बोलता बोलता सीताबाई रडायला लागली. तशी तिला धीर देत आई म्हणाली,

"आवं सीताबाई, अशी घायबरू नको अन रडूपडू नको. तू का जंगलात आहे का? एवढं गाव आहे. तुह्या पोरीले का आसंच वाऱ्यावर सोडतील का? थांब जराशी." असं म्हणून आई बैठकीत आली अन बाबांशी बोलली. सीताबाईच्या

पोरीच्या बाळंतपणाची सोय आमच्या घरात करण्यात आली. आमच्या घरी सीताबाईच्या पोरीचं बाळंतपण सुखरूप पार पडलं.

झडीच्या पाऊस असा कधी कुणावर कशी जीवघेणी वेळ आणेल, याचा नेम नसे. झडीच्या पावसाचा हा अनुभव लक्षात घेऊन गावाकडे लोक पावसाळ्याच्या सुरुवातीलाच त्रास होऊ नये म्हणून काळजी घेत. पावसाळ्याच्या सुरुवातीलाच झडीच्या पावसाला सामोरं जायच्या तयारीची लगबग सुरू व्हायची. त्यात भूस कडबा बखारीत भरून ठेवणे, बैलांच्या गोठ्याचं छप्पर शाकारणे, धाब्याच्या घरावर 'खारी' माती टाकणे, बळतन काडी गोठ्यात आणून ठेवणे इत्यादी कामांचा समावेश असे.

गोठ्याचं छप्पर शाकारणे (त्याला आमच्याकडे वसारं शिवणं असंही म्हणतात.) ही एक कलाच आहे. त्या काळी या कलेत वाकबगार असलेले मोजकेच लोक आमच्या गावात होते. त्यात राजवाड्यातला गन्साराम हासुद्धा एक होता. त्याचं नाव गन्साराम असलं तरी गावात लोक त्याला गन्छ्या म्हणत. गन्छ्या या नावानेच तो गावभर ओळखला जायचा. गन्छ्या गांधीभक्त होता. पांढरंधोक बारीक धोतर, पांढऱ्याच रंगाचा नेहरू सदरा आणि डोक्यावर गांधी टोपी. त्यानं शाळेचं तोंड पाहिलं होतं की नाही कोणास ठाऊक? पण भारी चोखंदळ होता. बोलायला राघू. मराठी, हिंदी तर बोलायचाच पण प्रसंगी 'हे मॅन यू' चा 'येमन टु' असा अपभ्रंश करत तोडकंमोडकं वेळ मारून नेणारं इंग्रजीसुद्धा बोलायचा. म्हणायला गांधीभक्त होता, पण दारूचं त्याला वावडं नव्हतं. बिडीचं धुराडं तर त्याच्या तोंडात अखंड तेवत असायचं. गन्छ्या नियमित अशी कष्टाची कामं कधी करायचा नाही. चालू मिळेल ते हलकंफुलकं काम करून तो रुपया-बाराआणे मिळवायचा आणि आपला दैनंदिन खर्च भागवायचा. बायको-पोरं त्याच्या मिळकतीवर कधीच विसंबून नसत. त्यामुळे तो मस्त कलंदर बनून भटकायचा. बोलायला मिठास असल्यानं समोरच्याच्या खिशातून चार-आठ आणे सहज काढायचा.

एका दुपारची गोष्ट. गल्लीतील पाच-सात म्हातारी बायामाणसं सावली धरून गप्पा मारत बसलेली. भटकत भटकत गन्छ्या आला आणि गप्पांत सहभागी झाला. गप्पांच्या ओघात मधेच त्यानं 'गंगा यमुना डोळ्यांत उभ्या का, जा मुली जा दिल्या घरी तू सुखी राहा', हे भावुक गाणं गहिवरल्या गळ्यानं म्हणून दाखवलं. म्हाताऱ्या बाया माणसांच्या डोळ्यांत पाणी तरळलं. सर्वांनी चार-चार, आठ-आठ आणे काढून गन्छ्याच्या हातावर ठेवले. पैसे नेहरू

सदऱ्याच्या खिशात टाकून गन्छ्या बिडीचा धूर सोडत डुलत डुलत निघून गेला. असा हा गन्छ्या वसारं शिवण्यात मोठा वाकबगार होता. या काळात त्याचा भाव वधारलेला असे. मोठमोठे शेतकरी या काळात वसारं शिवून दे म्हणून त्याच्या मागे मागे फिरत. नामांकित डॉक्टर पेशंटला ऑपरेशनसाठी तारखा देतात, तशा गन्छ्या शेतकऱ्यांना वसारं शिवण्यासाठी तारखा द्यायचा.

तुराट्या, पऱ्हाट्या, धांडे आणि 'डाळं' (पळस किंवा जांभूळ यांच्या डहाळ्या) यांचा उपयोग करून नारळाच्या दोरीनं वसारं शिवत असत. एकदा वसारं शिवलं की पुढे दोन-तीन वर्षं वसारं शिवायची गरज पडत नसे. अशा वसाऱ्यातून पाणी गळत नसे. कोरड्या उबदार गोठ्यात झडीच्या पावसातही बैलांची छान बैठक व्हायची. एरवी वसारं गळकं असलं, की बैलांची बैठक होत नसे. म्हणून शेतकरी कळ करून पावसाळ्याच्या तोंडी वसारं शिवून घेत असत. वसारं शिवायला पळसाचं 'डाळं' आणलं की आम्ही मुलं पळसाच्या पानांच्या टोप्या बनवायचो व त्या डोक्यात घालून मिरवायचो. कधी पळसाच्या पानांची 'कातु' बनवून 'कातु बाई कातू, दगड्या मह्या नातु' असं म्हणत खेळायचो.

झडीच्या पावसात घरं गळू नयेत म्हणून पावसाळ्याच्या तोंडाला धाब्यावर 'खारी' माती टाकून घ्यायला सारा गावच उत्सुक असायचा. त्या काळी आमच्या खेड्यातली बहुतेक घरं धाब्याचीच होती. धाब्यावर पेंड टाकण्यासाठी पांढरी माती वापरत असत. ही मातीसुद्धा तशी पाऊसपाण्याला न जुमानणारीच. पण झाडीचा पाऊस म्हटला की, पांढरी माती भिजून झिरपायची आणि घरं गळायची. म्हणून धाब्यावर 'खारी' मातीचा हलका थर टाकायचे. खारी माती रंगाने खारी आणि चिकणी चिकट. ती पाण्याला अजिबात झिरपू देत नाही. आमच्या गावी, गावापासून फर्लांगभर अंतरावर, एका वकिलाचं खाऱ्या मातीचं शेतच होतं. वकील या शेतात पीक घ्यायच्याऐवजी या शेतातली खारी मातीच विकायचा. त्या काळात पाच रुपयांना, सात रुपयांना गाडी भरून माती मिळायची. माती गाडीवर विकत मिळत असल्यानं काहींना गाडीत पाच-सात पाट्या माती जास्ती टाकायचा मोह आवरत नसे. पण हा मोह कधीकधी महागात पडायचा. वजन जास्त झाल्यानं कधी गाडीची गळवटी मोडायची तर कधी चाक. त्यामुळे कधी कधी धुरकऱ्याच्या जिवावरही बेतायचे. तसंच खाली खोल चांगल्या प्रतीची 'खारी' माती असते म्हणून लोक खाली खोल माती कपारायचे. त्यामुळे कपार धसून मातीखाली माणसं दबण्याच्याही घटना घडत. म्हणून 'खारी' माती गाडीतून वाहून आणण्याचं काम जोखमीचं समजत असत. त्यामुळे बाबा आम्हा मुलांना

'खारी' माती आणायला गड्यासोबत गाडीवर जाऊ देत नसत. पण धाब्यावर माती टाकायची म्हणजे आमची लुडबुड असायची. धाब्याच्या घरांना वर जायला बहुधा जिने नसतच. धाब्यावर जायला शिडीचा वापर करत असत. त्यामुळे धाब्यावर जायचे प्रसंग फार कमी येत. धाब्यावर 'खारी' माती टाकायच्या निमित्ताने हा योग यायचा. धाब्यावर जायला मिळाल्याने आम्हा भावंडांना खूप आनंद व्हायचा. धाब्यावरून गावाभोवतीचा विस्तीर्ण टापू नजरेच्या टप्प्यात यायचा. दूरवर पसरलेली शेतं, वाऱ्यावर डोलणारी उंच झाडं, दूरवरून वाहत येणारी व वळणं घेत घेत दूरवर वाहत जाणारी गावची नदी, मंदिरांची उंच शिखरं आणि अजिंठ्याचा लांबच लांब निळा डोंगर हे सर्व पाहताना, अनुभवताना भारी मौज वाटायची.

झडीचा पाऊस अनुभवायला यायचा तो बहुधा संथ लयीतला रिमझिमता. पण कधी कधी झडीचा पाऊसही मुसळधार कोसळायचा आणि तोसुद्धा विस्तृत स्वरूपात सर्वदूर. अशा वेळी नदीला पूर हा ठरलेला. गावापासून अवघ्या वीस-पंचवीस किलोमीटर अंतरावर असलेल्या अजिंठा लेण्यात आमच्या गावच्या वाघूर नदीचा उगम. त्यामुळे पूर तासाभरात लवकर ओसरत असला, तरी पुराच्या पाण्याचा वेग मात्र कमालीचा असे. नदीचे पात्र पुरेसे रुंद असले, तरी जेव्हा उगमावर आणि गावाच्या परिसरातही मुसळधार पाऊस कोसळत असे, तेव्हा पुराचे पाणी पात्रात मावत नसे. त्यामुळे पुराचे पाणी गावाच्या तोंडावरच दुभंगून गावाला पुराच्या पाण्याचा वेढा पडत असे आणि गावाला पार बेटाचं स्वरूप येई. अशा वेळी नदीच्या किनाऱ्यावरील वस्तीतली बिऱ्हाडं आसऱ्यासाठी गावातल्या मराठी शाळेच्या इमारतीत यायची. दरवर्षी नदी एक तरी 'भग' घेते असा त्या काळी आमच्या गावच्या नदीचा लौकिक होता. थेट आखाजीपर्यंत नदी खळाळत वाहत असे. काळ्या डोहात तर जुनंनवं पाणी एक होईपर्यंत बैलांना 'झाप' लागेल एवढं पाणी असायचं. आताशा होळीलाच काळ्या डोहाचं पार हिरवं डबकं होऊन जातं.

सरत्या पावसाळ्यातला हस्त, चित्रा नक्षत्रातील झडीचा पाऊस शेतकऱ्यांना पार हतबल करून टाकायचा. शिवारात पिकं पिकून पिवळी झालेली. त्यांच्या काढणीची वेळ आलेली. नेमकी या वेळी पावसाची झडी लागली, की हाती-तोंडी आलेल्या पिकाची पार नासाडी व्हायची. शिवारात झडीच्या पावसानं पिकं भिजताहेत, नासताहेत आणि शेतकरी हतबल होऊन नुसता पाहतोय, अशा वेळची शेतकऱ्याची अवस्था मोठी केविलवाणी. हातपाय बांधून डव्हाच्या पाण्यात

टाकलेल्या माणसासारखी. नाका-तोंडात पाणी जातंय, पण ना हात हलवता येत ना पाय. काही उपयोग होणार नाही हे समजत असूनही आपली व्यथा एक दुसऱ्याला सांगतोय.

"का रे भागा भू, ह्या हत्त्या, चित्त्याच्या पाऊसपान्यानं तं नल्डीवर पाय देन्ह लावला बापा. हातातोंडाशी येल घास हिसकावून घेन लावला. काय हंगाम व्हता साला यंदा! रेतीसारख्या जवाऱ्या पिकल्या व्हत्या. पन समदी माती करून टाकली या झडीच्या पान्यानं."

"माती व्हयीन नही तं काय बापा. हा बाप उघड्याचं नावच नही घिऊन राह्यला. मुकाट्यानं पाहात राह्यल्याशिवाय काही करताबी नही येत आपल्याले."

"काय करशील बापाओऽ, तो कां खळ्यातला जवारीचा पुंज आहे, की गेल्हो अन् झाकून आलो."

"आऽरे, मही जवारी तं कापून आडवी पडेल हाये न बापा. दुसऱ्या दिवशी 'लानी' कऱ्याची तं याच राती झाला हा बाप सुरू. आसं वाटे दनदन डोखं आपटून घ्या भिंतीवर. आज पहाटे जाऊन आलो वावराकडे. लय खराब हालत आहे गड्या. हिरवेगार 'चौरं' फुटले कनसाहीलें. समदं पाहून पानीच आलं मायच्यान डोळ्यांत. आसं वाटे तिकडच्या तिकडी निघून जा दूऽर कुठीतरी. पन जाऊन बी कुठी जा सालं. आलो भो घरी, तुही उभी आहे का पाडेल आहे जवारी?"

"मही जवारी उभीच आहे भो आजून."

"तेवढं तरी बरं आहे बापा."

"आरे, कशाचं बरं आहे बापा तू याच्या आधी पंढ्या यिऊन गेल्हा शेजोळाचा. तेचं वावर आमच्या शेजारीच आहे. तो म्हने काही खरं नही. उभ्या जवाऱ्याहीचे कनसंबी काळेभोर झाले. जसे काही कावळे उतरले जवारीवर. आता कशी काय खा हे काळी जवारी."

"खानंच पडील बापा. शेतकऱ्याची जिंदगी आसीच आहे. 'मोती' पिकोवा अन् 'माती' खा."

सरत्या पावसाळ्यातला पिकाची नासाडी करणारा झडीचा पाऊस हतबल शेतकऱ्यांच्या डोळ्यांत पाणी आणायचा. असा नको असलेला झडीचा पाऊस उघडावा म्हणून शेतकरी काहीबाही तोडगे करायचे. नागवं होऊन झडीच्या पावसात चुलीतला पेटता निखारा फेकला तर पाऊस थांबतो, असाही एक समज शेतकऱ्यांत रूढ होता. मी दुसऱ्या-तिसऱ्या वर्गात असताना मला नागवं होऊन चुलीतला निखारा पावसात फेकायला आईनं सांगितल्याचं अजूनही आठवतं.

झडीचा पाऊस नेहमीच असा जीवघेणा असायचा, असं मात्र नाही. अनेकदा झडीचा पाऊस हर्षोल्हासाची बरसातही करायचा. विशेषत: आषाढ-श्रावणातील झडीचा पाऊस खूपच आनंददायी आणि हवाहवासा वाटायचा. आख्खं शिवार पिकाच्या समृद्धीनं हिरवंगार बहरून आलेलं. या समृद्धीत दोडीची फुलं, करटुले अशा रानभाज्या आणि चवळी, मूग, उडीद अशा शेंगभाज्यांची रेलचेल असायची. शिवाराच्या हिरव्या समृद्धीची कळा गावभर विविध प्रसंगांतून पसरलेली अनुभवाला येई. असे समृद्ध प्रसंग अजूनही माझ्या मनात घर करून आहेत.

संथ लयीतला रिमझिम झडीचा पाऊस नुकताच सुरू झालाय, संध्याकाळी आई शेतातून पावसात चिंब भिजून आलीय, पिकांना पोषक पाऊस पडत असल्यानं तिला झालेला आनंद पावसाच्या पाण्यासारखाच तिच्या चेहऱ्यावरून ओघळतोय, गाठोड्यातलं जुनेरं नेसून ती चुलीपुढे शेक घेत बसलीय, चुलीवरच्या चहाचा सुगंध घरभर दरवळतोय... पाऊसझडीची अशी समृद्ध संध्याकाळ विसरू म्हटलं, तरी विसरता येत नाही.

जशी संध्याकाळ तशी रात्रसुद्धा. सर्वांची रात्रीची जेवणं आटोपली आहेत. घरातली झाडलोट, भांडीकुंडी आवरून घरातल्या इतरांसह आईही बैठकीत येऊन बसलीय. बैठकीत कंदिलाचा मंद उजेड. घरातल्यांच्या सोबत गल्लीतली दोघं-चौघं बायामाणसं बैठकीत येऊन बसली आहेत. आई चवळीच्या नाहीतर मुगाच्या हिरव्या शेंगा सोलतेय. बाहेर झडीचा पाऊस पडतोय अन् बैठकीत गप्पा रंगल्या आहेत.

"ह्या वर्षी बरसात मात्र लयच मस्त हून राह्यली बरं. पेरन्याबी मस्त झाल्या. कोन्हाच्या पेरनीची कुठी मोडघड झाल्याचं काही ऐकू आलं नही."

"पानीच तसा पडून राह्यला अन् काय मोडघड व्हयीन. एक तं नखीत्र खाली गेलं नही. दुसऱ्यातिसऱ्या दिवशी आहेच पानी. येळच्या येळी पानी यिऊन राह्यला. तेच्यानं पीकंबी कसे मस्त आहेती. आसा पाऊनपानी आसला की हुरुप येतो वावरातबी काम कऱ्याले."

"ते खरं आहे. पन पान्यानं जर का झडी लावली नं, तं काही खरं नही बरं. वाफ झाली नही की ना औत चाले ना निंदनी. बफ व्हतीन वावरं तनानं. झडी लागली पान्याची की वाईटच काम आहे मंग."

"आरे, पडू दे रे भो पानी. झडी का लावू दे नं पान्याले. झडीच्या पान्यानं पानी मुरतं जमिनीत. आडां-इहिंरीले पानी येतं डबडब. उन्हाळ्यात पहाय पहाय व्हत नही. झडीचा पानी म्हनला की नुकसानबी व्हतं इतकं तितकं. पन 'झडी'

परवडली भो, ‘बखाडी’ नको. वावरं तनानं बफ भरले तं निंद्याले मजुरी लागीन जरा जास्ती, पन पानीच नही म्हनला त काय करील मानूस.’’

‘‘ते तं आहेच म्हना. लोकं येन्हीच म्हनता का वल्ला दुष्काळ परवडला पन कोरडा दुष्काळ नको.’’

रात्री उशीरापर्यंत गप्पा चालत. गप्पा ऐकता ऐकता मी कधी झोपून जायचो, ते कळतही नसे.

झडीच्या पावसाचा असाच आणखी एक सुखद अनुभव म्हणजे आमच्या गल्लीतल्या सीताराम वारकऱ्याच्या घरची पोथी. आषाढ-श्रावण म्हटला की गावात गल्लीपरत एखाद्यातरी घरी ‘पोथी’ असायचीच. कुठे ‘एकनाथी भागवत’ तर कुठे ‘शिवलीलामृत’. बाहेर झडीचा पाऊस संथ लयीत पडतोय, धाबलीच्या लहानशा घरात कंदिलाच्या मंद उजेडात खड्या आवाजात पोथीचं वाचन आणि निरूपण चाललंय, पंधरावीस बाया-माणसं तुटपुंज्या जागेत अंगावर उबदार पांघरुणं घेऊन दाटीवाटीनं बसून पोथीचं श्रवण करताहेत. झडीतल्या पावसातला पोथीश्रवणाचा आनंद काही वेगळाच. बाहेर नीरव शांतता. फक्त रिमझिम पडणाऱ्या पावसाची संथ लय तेवढी. पावसाच्या या लयीशी सुसंगत असा पोथी वाचणाऱ्याचा आणि निरूपण करणाऱ्याचा खणखणीत आवाज. पोथीवाचनाचा आणि निरूपणाचा हा आश्वासक आवाज रात्रीच्या काळोखात मनाला आध्यात्मिक दिलासा देणारा. रात्रीच्या वेळी झिमझिम पाऊस पडत असला, की हा पोथीवाचनाचा आश्वासक आवाज अजूनही माझ्या कानात घुमायला लागतो.

कारणं काहीही असोत, पण आताशा पूर्वीसारखा झडीचा पाऊस अभावानेच अनुभवाला येतो. त्यामुळे झडीच्या पावसातलं, अंगावर सुखद शिरशिरी आणणारं, गार वाऱ्याचं ‘झडगं’ अनुभवायचं म्हटलं, तर ‘गेले ते दिन गेले’ असं म्हणत भूतकाळातच हरवून जावं लागतं.

□□

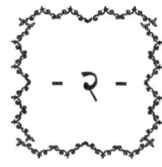

- २ -

मळा

तसं तर आताही आमचा 'मळा' आहे; पण 'मळा' म्हटलं की मला आठवतो, आमचा पस्तीस-चाळीस वर्षांपूर्वीचा मळा. तेव्हा मी सातव्या-आठव्या वर्गात असेन. त्या शालेय वयात माझ्या मनात रुजलेला, बहरलेला त्या वेळचा आमचा मळा जसाच्या तसा हिरवागार आहे. विहिरीवर चालणारी मोट, मोटेतून थारोळ्यात पडणारं फेसाळ पाणी, लहांगीतून वाहणारं झुळझुळ पाणी, लहांगीच्या झुळझुळ पाण्यात इंद्रधनुषी तुषार उडवत न्हाणाऱ्या चिमण्या हे आणि असं बरंच काही मळा म्हटलं, की डोळ्यांपुढे तरळून जातं. त्या मळ्याच्या आठवणीनं अजूनही मन हिरवं हिरवं बहरून येतं.

तसं म्हटलं तर आमचा मळा लहानच होता. अवघं अडीच-तीन एकर क्षेत्र; पण मळ्याचं समृद्धीशी जवळचं नातं आहे. मळ्याचं क्षेत्र लहानसं असलं, तरी तेवढ्यानेही आमच्या घरी बऱ्यापैकी समृद्धी होती. त्यामुळे घरातील सर्वांनाच मळ्याचा लळा होता. मळ्याचा लळा असण्याचं आणखी एक कारण म्हणजे मळा, घराच्या पाठीमागे जवळच, गावाला अगदी लागून होता. घराच्या धाब्यावर उभं राहिलं, तरी अर्धा-अधिक मळा नजरेत यायचा. मळ्यात मोट चालू असेल, तर मोटेचं गाणं घरी ऐकू यायचं. मळा आमच्यासाठी घर-अंगणच. त्यामुळे आम्ही मनात आलं, की सहज मळ्यात जायचो. आई, वडील आणि कामावरची माणसं, मजूर-बाया तर काम असेल, तेव्हा बारा महिने तेरा काळ मळ्यात येत-जात. आम्ही शाळकरी भावंडं शाळेला दांडी मारून

कधीही मळ्यात जात नसू. मात्र रविवारच्या सुटीची सकाळ आम्ही भावंडं हमखास मळ्यात घालवत असू. तीन आठवड्यांच्या दिवाळीच्या आणि सहा आठवड्यांच्या उन्हाळ्याच्या सुटीत मनात येईल तेव्हा आणि वाटेल तेवढा वेळ आम्ही भावंडं मळ्यात जायचो, रहायचो. अशा वेळी आमच्यासोबत बऱ्याचदा आमची चुलत भावंडं, कधी कधी तर गल्लीतली आसपासची मुलंही असायची. मळ्यात झाडा-झुडपांच्या, फुला-पाखरांच्या संगतीत तासन् तास आम्ही रमायचो. ऋतुमानानुसार कधी शेवग्याच्या झाडावरून शेवग्याच्या शेंगा काढायच्या, तर कधी हादग्याच्या झाडावरून हादग्याची फुलं पाडायची, कधी कुंपणावरच्या वेलीवरून दोडीची फुलं तोडायची, कधी सीताफळं, कधी रामफळं, कधी केळी तर कधी पपई. फुलाफळांनी, शेंगाभाज्यांनी मळ्याचं कुंपणसुद्धा समृद्ध होतं. फळाफुलांची रंगीबेरंगी आणि झाडा-वेलींची हिरवी समृद्धी डौलाने मिरवणाऱ्या आमच्या मळ्याच्या सहवासात आमचे सुट्यांचे बहुसंख्य दिवस भुर्रकन उडून जायचे.

पावसाळ्याचे चार महिने मळ्याचं भरणं पावसाच्या पाण्यावरच व्हायचं. पावसाळ्याच्या तोंडी रोहिणी नक्षत्राचा एखाद् दुसरा वादळी पाऊस पडला, की मळ्याच्या विहिरीवरील मोट, नाडा, सौंदड काढून घरी आणत. मोट घराच्या ओसरीत धाब्याच्या हलकडीला टांगून ठेवत; तर जाडी, नाडा, सौंदड गोठ्यात माळ्यावर. मोटेअभावी विहीर ओकीबोकी वाटायची तर धाव भकास, उदास. त्या काळात पाऊसही खूप व्हायचा. त्यामुळे मळ्यात लहांगीने व बांधावर चारीमेर आढाऊ गवत माजायचं. कुंपण हिरव्यागार झाडाझुडपांनी आणि लतावेलींनी झाकाळून जायचं. केळीची बाग तर पावसाळ्याचे चार महिने सर्दाळलेलीच असायची. त्यामुळे मळ्यात डासांना ऊत यायचा. म्हणून पावसाळ्यात आम्ही मुलं सहसा मळ्यात जायचोच नाही. काही अपवादात्मक प्रसंगी मात्र पावसाळ्यातही मळ्यात जायचा मोह आवरता येत नसे. त्यातला एक प्रसंग म्हणते मोसंबीची बाग बहरल्यावर मोसंबीचा व्यापारी फळबहार पहायला यायचा तो. त्याच्यासोबत मोसंबीचा बहार पहायला आम्ही हमखास जायचो. अर्थात सोबत बाबा आणि आणखी दोघंचौघं असत. बागेतील मोसंबीची ओळीतील डेरेदार हिरवीगार झाडं इवल्या इवल्या पांढऱ्याशुभ्र फुलांनी पानोपानी बहरलेली असायची. फुलांच्या दरवळानं आख्खी बागच सुगंधित झालेली असायची. मोसंबीचा व्यापारी प्रत्येक झाड पहायचा. मोसंबीची बाग किती बहरलीय, फळं किती येतील, याचा अंदाज घ्यायचा. हा अंदाज घेण्याची व्यापाऱ्याची एक विशिष्ट पद्धत होती. बागेत फिरत असताना तो संपूर्ण बहरलेल्या, अर्धवट बहरलेल्या आणि अल्प बहरलेल्या

झाडांची पानं तोडून ती वेगवेगळी ठेवायचा. ती पानं वेगवेगळी मोजून बागेतील फळबहाराचा अंदाज घ्यायचा व किंमत ठरवायचा. बागेतील फळबहाराची पाहणी झाल्यावर घरी, बैठकीत सौदा व्हायचा. हा सौदा म्हणजे एक सोहळाच असे. फळबहाराचा सौदा करायला गल्लीतील दोघं-चौघं अनुभवी बुजुर्ग बैठकीत जमत. चहा, बिड्यांसोबत गप्पांना ऊत यायचा. मोसंबीचा व्यापारी बहुधा मुस्लिम असायचा. त्यामुळे सर्वजण अट्टाहासाने गावरान हिंदीत बोलायचे. आमकु-तुमकू छाप. त्या गावरान हिंदीमुळे आम्हा शाळकरी मुलांचे चांगलेच मनोरंजन व्हायचे. सौदा झाला म्हणजे 'चौथाई' रक्कम लगेच मिळायची. पेरणीच्या दिवसात जेव्हा सर्वसामान्य मध्यमवर्गीय शेतकऱ्याच्या घरात आर्थिक चणचण असते, अशा वेळी या रकमेचा आम्हा कुटुंबीयांना चांगलाच आधार व्हायचा. आणखी हरतालिकेची पूजा, गणपतीच्या पूजेसाठी दुर्वा आणायला पावसाळ्यात मळ्यात जावं लागे.

भाद्रपदात पेरणीच्या तोंडी पेरलेली खरिपाची वरकड पिकं पिकून पिवळी व्हायची. आईला मग अशा वरकड पिकांच्या काढणीचं काम लागे. एखादी मजूरबाई सोबत घेऊन आई राळं, भगर यांची दोंडं तोडून घरी आणायची. कधी बाजेवर मळून तर कधी उखळात कुटून ही धान्ये तयार करायची. साळ कापून, झोडपून तयार करत. या काढणी-मळणीच्या कामात आम्ही भावंडं अधूनमधून लुडबुड करत असू.

पावसानं निरोप घेतल्यावर आश्विनात नवरात्रोत्सवापासून मळ्याचं रूप पालटायला सुरुवात व्हायची. खरिपाची पिकं काढल्यानं जमीन मोकळी व्हायची. मग ती नांगरून, वखरून, आधीच्या पिकाची धसकटं, काडीकचरा वेचून स्वच्छ केली जायची. रब्बीच्या पेरणीसाठी ती सज्ज व्हायची. रब्बीच्या पिकांसोबत केळी, मोसंबीच्या बागेलाही आता मोटेच्या पाण्याची गरज भासायची; म्हणून विहिरीवर मोट यायची. धावेची डागडुजी व्हायची. लहानगीवर माजलेलं गवत निंदून ती स्वच्छ केली जाई. केळीच्या बागेत अस्ताव्यस्त वाढलेली पीलपत्ती काढून बागेला मनोहारी रूप दिलं जायचं. केळी, मोसंबीची बाग टाचून, ओढून नव्यानं वाफ्यांची बांधणी केली जायची. मळ्याला लोभस रुपडं यायचं. धावेवर मोटेचं गाणं घुमू लागे. लहांगीतून झुळझुळ पाणी वाहायला लागे. खायला दाणा, प्यायला पाणी, खेळण्या-बागडण्याला दाट हिरवी झाडी, म्हणून पाखरं मळ्यात गर्दी करायची. त्यांच्या किलबिलाटानं मळ्याला पुन्हा नव्यानं जाग यायची. सूर गवसायचा. राबणाऱ्या हातांनी नितळ झालेली जमीन, स्वच्छ उन्हं

आणि भरार मोकळा वारा यांमुळे पावसाळ्यात मळ्यात माजलेल्या डासांचा मागमूसही मळ्यात नसायचा.

याच काळात रब्बीच्या पिकांच्या पेरणी-लागवडीस सुरुवात व्हायची. तिफणवर गहू पेरला जायचा तर कांदा, लसूण यांची ओलावलेल्या वाफ्यात लावणी, टोपणी केली जायची. दोन-पाच मजूर-बाया सोबत घेऊन आई दिवसभर मळ्यात या कामात व्यस्त असे. याच काळात शाळेला दिवाळीच्या सुट्ट्या असत. त्यामुळे आम्ही भावंडं मळ्यातच राहत असू. कधी केळी, मोसंबीच्या बागेत हुंदडायचो, तर कधी लावणी-टोपणीच्या कामात आईला मदत करायचो. आईला मदत करताना मजूर-बायांसोबतच्या गप्पागोष्टींत हरवून जायचो. आम्हा भावंडांना दिवसभर मळ्यात असे खेळता-बागडताना पाहून एखादी नवखी बाई आईला विचारायची, "तुमच्या घरचे पोऱ्हं मळ्यातच दिसता आत्या दिवसभर. काही शाळा शिकता का नही ते?"

"मंग माय. शाळा शिकता नही तं काय. शाळीचा तं त्याहिले लय नांद. एक दिवस घरी राह्यता नही शाळा डुबाडून. आता उगच सुट्या आहे दिवाळीच्या म्हणून येता ते मळ्यात. त्येच्यात मळ्यात आताशा पेरनी लावनीचे काम सुरू आहेती. मोट चालते इहिरीवर. दिवसभर मजूर-बायामाणसांचा राबता राह्यतो मळ्यात. त्येच्यानं घवघव वाटतं. म्हणून रमतो त्याहिचा जीव मळ्यात. आमचा मळाबी उगच जवळ आहे गावाले लागून म्हणून. दूर आस्ता मळा कोसा-दोन कोसावर तं मीच ना यिऊ देती पोऱ्हाहीले मळ्यात."

"खरंच आत्या, तुमचा मळा लय सोयीचा आहे. घर आंगनच. रात असो, पहाट असो. कव्हा बी जा अन् कव्हा बी या. कशाचा म्हणून भेव नही. तुम्ही सोयबी चांगली ठेवता आत्या मळ्याची, तेच्यानं जीव रमतो तुमच्या मळ्यात."

"सोय ठेवल्याबिगर कसं चालीन बहिन. मळा आहे तं ठाकुरकी आहे आमची. पान्याच्या आसऱ्यानं काय येत नही मळ्यात? तिकून मोसंबीच्या वरल्या अंगाले डाब आहे जराशी. तिठी साळ टाका. साळीशेजारी आड तासनं राळं, भगर टाका. हून जातं घरच्या पुरतं. ह्या दिसात पेरनी करताना गव्हामधी मव्हरी, राजगुरा याहिचा शितोडा टाकून द्या. गव्हाच्या दांडानं मुळे, संबार लावा. हालेहाल येतं. गव्हाच्या शेजारी दोन-चार वाफे कांदे, दोन-चार वाफे लसूण, काही वांगे, मिरच्या टोपून द्या. लहांगीवर लहांगीच्या पान्याच्या आसऱ्यानं शेवगा, हादगा, पोपये, रामफळं, सीताफळं येता. एरंडाच्या झाडावर वालाच्या शेंगाचे येल उभवून द्या. हिवाळ्यात भाजीपाल्याचं पाह्यनं पडत नही. तांदुळजा,

माठला, चिव्वळ ह्या भाज्या तं आमच्या मळ्यातलं गवत आहे येडे. मजूर-बाया गहू-हरबरा निंद्याले येता तव्हा घोळ भरून भरून घिऊन जाता भाज्या. आम्ही कोन्हाले नही म्हनत नही. इतकं तितकं देल्ह्यानं काही कमी व्हत नही. उलट खूश राह्यतं मजूर. दुसऱ्यांदा धावून येतं कामाले.''

''खरं आहे आत्या. शेतकऱ्याकडूनच आशा राह्यते मजुराले. शेतकऱ्यानं सढळ हातानं अन् मोकळ्या मनानं टाकलं मजुराच्या पदरात तं मजुरांचंबी भागतं. मजूर उपाशी राह्यलं तं काय काम करीन वावरात.''

''तुव्हं म्हननं खरं आहे पोरी. शेतकऱ्याबिगर मजुराचं अन् मजुराबिगर शेतकऱ्याचं भागतच नही. मळा कऱ्याचा म्हणलं तं बारा मह्यने तेरा काळ मजूर लागतं. आताचंच पहायनं, किती दिवसापासून किती मजूर राबून राह्यले मळ्यात. आमच्याबी जीवाले आहे का उलिसाक दम. लय कष्ट करनं पडता बहिन मळ्या कऱ्याचा म्हनलं की. कष्ट केल्याबिगर पिकत नही मळा. कष्ट पुरता, पन मग मळा आसला की आबादानी राह्यते घरात. भाजीपाल्याचं, दाळपाण्याचं पाह्यनं पडत नही. मळा म्हनला की पान्याच्या असऱ्यानं हिरवा गवत चारा व्हतो. हिरवा चारा आहे म्हनल्यावर गाय, म्हैसबी ठेवता येते खुट्याले. घराच्या पुरतं दूधदुभतं व्हतं. आपुन कितीबी म्हनलं तरी इकताचं घिऊन काही खावोल्या जात नही बरं बहिन आपल्या सारख्याकडून.''

''कशाचं वं आत्या, इकताचं घिऊन खान कां तोंडाचं आहे का? गावरानी तूप तं वर्स वर्स तोंडाले लागत नही गरिबाच्या. आजारी पडल्यावर डॉक्टर सांगतो म्हनून आनता सफरचंद, मोसंबी इकत काताकात करून. नही तं हौस म्हनून कोन खाऊन राह्यलं फळफळावळ?''

''मीठ मिरचीलेच पुरत नही येडे संसारात तं फळफळावळ कुठी आले. म्हनून म्हनते मळा आहे तं ठाकुरकी आहे आमची. तुल्हे सांगू, दुधदुभतं आसलं नं घरी तं वर्स वर्स डॉक्टरचं तोंड पाह्यनं पडत नही. आमच्या घरी तं राह्यतेच म्हैस नही तं गाय खुट्याले. दुधदुभतं तं व्हतंच पन म्हसरं वासरं बी व्हता बहिन पडल्या पडल्या. आमच्या घरी गाय व्हती एक जांभी. तिचे तं सात जायपे झालते आमच्या घरी. आता जे दुभती वासरी आहे नं आमच्या घरी, तिच्या वासरीची वासरी. आजूनबी तिचा येल वाढता आहे आमच्या घराच्या मांडवावर. घरच्या चार बैलांतला एकतरी बैल घरच्या गायीचा राह्यतो. ह्या जांभ्या गायीचंच गवळं गोऱ्ह व्हतं. पंधरा-वीस वर्स काम केल्ह बहिन तेन्ह आमच्या घरी. आधी औत फाट्याले, मंग भरभरोटीले अन् भादा बैल झाल्यावर मोटीले जुंपलं व्हतं तेल्हे.

तीन वर्स मोटीले चालला गवळा. तेच्या जोडीचा बैल दरसाल बदलवनं पडे. हा मातर चालूच. मांघून थकला बिचारा. थकल्यावर वर्सभर बांधून ठेवला आम्हीनं खुट्यावर. पन इकला नही. तो मेल्यावर कपडा आनला तेच्याकरिता पाचवार, डोळंभर मीठ आनलं अन् इठी मळ्यातच गाडलं तेल्हे गोंधनखाली. आम्हाले अजूनबी याद येते त्येची. गरीबबी आसा की कोन्ही बाई-माणूस जावो का पोर-सोर जावो तेल्हे सोड्याले का बांध्याले, कधी मान हालवनार नही का लात मारनार नही. लय इन्सान व्हता बहिन आमचा गवळा बैल.''

''काही ढोरं खरंच लय इनामदार राह्यता आत्या. मानसापक्षी त्याहिले जास्ती समजतं.''

''आवं काय करती येडे मानसाले, मानसाच्या मनात कव्हा बद्दी यील येचा नेम नही. ढोरां वासराचं तसं नसतं. किती उपकार राह्यता त्याहिचे आपल्यावर. त्या मानानं आपुन कितीक जीव लावतो ढोरां वासरांहिले? ढोरांवासरांहिले जीव लावला तं लक्ष्मी नांदते घरी. वाडवडील उगच ना म्हनत, जेच्या दारी मामा-भाच्याची जोडी तेच्या घरी बरकत सोन्याची शेती-वाडी. ढोरांवासराहिले जीव लावल्याबिगर व्हते का बहिन मामा भाच्याची जोडी. ढोरांवासरांहिले जीव लावा. त्याहिच्या माथे मळा फुलतो अन् मळ्याच्या माथे ढोरंवासरं वाढता. कष्ट कऱ्याची तयारी पाह्यजे बहिन. मळ्यासारखं सुख नही.''

रब्बीच्या पेरणीसोबतच मळ्यात मोट सुरू व्हायची. त्या काळी आमच्या घरी मोट हाकायला स्वतंत्र मोटकरी होता. त्याचं नावच होतं माधो मोटाड्या. त्याची आख्खी हयात मोट हाकण्यातच गेली. धावेवर बैलांना मागे सारून सारून त्याचे पाय फाकले होते. मोटेवरचं गाणं तो खूप छान म्हणायचा. भरलेली मोट खोल विहिरीतून ओढताना बैलांना कराव्या लागणाऱ्या कष्टाची त्याला जाण होती. त्यामुळे मोटेच्या बैलांविषयी त्याच्या मनात अपार कळवळा होता. हा कळवळा त्याच्या आर्त गाण्यातून ओथंबून वाहत असे. पाण्यानं भरलेली मोट खोल विहिरीतून ओढतानाही माधो मोटाड्याच्या गाण्यानं बैल सुखावत. दुपारच्या कडक उन्हात बैलांना मोट ओढण्याचं कष्टाचं काम करावं लागू नये, म्हणून माधो पहाटे चार वाजताच मोट जुंपायचा. उन्हं चटकायला लागायच्या आधी, सकाळी दहा वाजताच मोट सोडायचा. झापडीतल्या त्याच्या मोटेवरच्या गाण्यानं गल्लीतल्या सासुरवाशिणी जाग्या व्हायच्या. त्याच्या गाण्याच्या लयतालावरच आडावरून पाणी भरणं, सडासंमार्जन अशी सकाळची कामं उरकायच्या. कालांतरानं माधो कामावरून घरी राहिला. त्यामुळे त्याचं झापडीतलं मोटेवरचं गाणं बंद

झालं. तेव्हा गल्लीतल्या सासुरवाशिणी बाबांना विचारायच्या-

"मामाजी, आता पह्यल्यासारखं झापडीत मोटीवरचं गाणं ऐकू येत नही."

"बाई, आता आपल्या कामावरचा माधो मोटाड्या गेल्हा काम सोडून. तेचे पोऱ्हं कर्ते झाले. ते म्हनता, 'बाबा आता तू कच्लोंग काम करतु. आता वय झालं तुव्ह. आराम कर घरी बसून.' म्हनून आता तो कामाले जात नही कुठी. वय बी झालं आता तेचं. माय जशी झोळणीतल्या लेकराले गानं म्हनते तसं माधो मोटीच्या बैलाहिले गानं म्हने. तेचं मोटीवरचं गानं म्हनजे बैलासाठी 'अंगाई' च व्हती जनू."

आमच्या बाबांचे कामावरच्या माणसांशी जिव्हाळ्याचे नाते असे. बाबा बहुधा त्यांच्या सहवासात असत. मोट हाकणारा घरी राहिला, तर बाबा मोट हाकत. 'बारी' देणारा घरी राहिला तर 'बारी' देत. मळ्यात भरण्याचं काम नवरात्रीपासून तर अक्षय्यतृतीयेपर्यंत अखंड सुरू असे.

नवरात्रापासून मोटेचं पाणी मळ्यात वाफ्यापरत खेळायचं. लहांगीनं झुळझुळ वहायचं. त्यामुळे रब्बीच्या पिकांसोबतच मळ्याच्या कुंपणातली झाडं-झुडपं, लता-वेली तरारून येत. आश्विनात रुजलेली पेर, पौष-माघात ऐन भरात यायची. थंडीचे दिवस आणि भरातली रब्बीची पिकं. त्या दिवसात भर यौवनातल्या सौंदर्यवतीसारखं मळ्याचं मोहरलेलं रूप मनाला भुरळ घालायचं.

गव्हाच्या शेतात तर विविध रंगांची नुसती उधळण. पाली पोटरीतला गर्द हिरव्या रंगाचा कच्च हिरवा गहू. पिवळीधम्मक फुलं माळून वाऱ्यावर डोलणारी मोहरी. मधूनच शिलेदारासारखी उभी असलेली राजगिऱ्याची झाडं. ही राजगिऱ्याची झाडंही मोहक. काही नुसतीच पोपटी हिरवी, काही तांबूस लाल, काहींची पाने हिरवी तर घोस पिवळे. वाऱ्यावर झुलणारं मोहक गव्हाचं असं शेत म्हणजे सळसळतं चैतन्यच जणू! इतर पिकंही अशी भरात. वांग्याच्या दाट मोठमोठ्या पानांच्या आडून डोकावणारी नाजूक इवलाली निळी, जांभळी फुलं. कांदा-लसणाची तलवारीसारखी धारदार पातीची पानं. एरंडाच्या झाडावरचे द्राक्षासारखे एरंडीचे घोस. एरंडाच्या झाडावरच्या वालाच्या वेलीवरचे बायांच्या कानातल्या झुमक्यासारखे वालाच्या शेंगांचे लोंबते झुपके. हादग्याच्या उंच झाडावरची पोपटाच्या चोचीसारखी वाकडी पण पांढरीशुभ्र फुलं आणि वाऱ्यावर झोके घेणाऱ्या शेवग्याच्या झाडावरच्या लांबलांब शेंगा. आणि हे सगळ कसं? तर निर्मळ, नितळ निर्मळ, नितळ असणं हे रब्बीच्या पिकाचं वैशिष्ट्यच. साधं पानही कुठे किडलेले दिसणार नाही. कुंपणावर फुलपाखरांची तर झाडांवर पाखरांची झुम्मड गर्दी. या

दिवसांत शाळा सुटल्यानंतरची आमची रोजची संध्याकाळ आणि सुटीचा संपुर्ण रविवार मळ्यातच जायचा.

बारी धरणे, बैल चारणे, गवत काढणे अशा हलक्याफुलक्या कामांसाठी त्या वेळी आमच्या कामावर एक पोरसवदा माणूस असे. जग्या त्यातलाच. सातवीपर्यंत शिकून त्यानं शाळा सोडली आणि तो शेतीत काम करायला लागला. जग्या आमच्यापेक्षा फारतर पाच-सात वर्षानं मोठा. त्यामुळे आमचे सूर त्याच्याशी चांगले जुळायचे. आम्ही मळ्यात झाडाच्या गार सावलीत त्याच्याशी गप्पा मारत बसायचो. तो इकडच्यातिकडच्या खूप गोष्टी सांगायचा. एकदा आम्ही असेच जग्याच्या गप्पा ऐकत बसलो होतो. तेवढ्यात मळ्याचं फाटक उघडून शंकर मोऱ्या मळ्यात आला. शेतात राबून राबून रापलेला देह. काळासावळा रंग, उंची पाच फुटाच्या आसपास, दोनकाष्टी धोतर, जाडा-भरडा नेहरू अंगरखा, डोक्यावर लाल पागोटी अन् पांढरं उपरणं, ओठावर काहीशा वाढलेल्या पण पातळ मिशा. एकदा पाहिल्यावर कायम लक्षात राहील, असं व्यक्तिमत्त्व. मळ्यात आल्यावर काहीतरी शोधत असल्यासारखा कुंपण न्याहाळत शंकर मोऱ्या लहांगीनं पुढे जायला लागला. आम्ही सर्व मुलं त्याच्याकडे कुतूहलानं पाहत राहिलो. तो जरा पुढे गेल्यावर मी जग्याला कुतूहलानं विचारलं,

"का रे जग्या भू. काय झांबलून राह्यला हा मानूस आपल्या मळ्याच्या कुपाटीनं. तू काही हाटकतबी नही तेल्हे. काहून आला? काय पाहिजे?"

तसा जग्या आपल्या ओठावर बोट ठेवत आम्हाला चूप रहा असा इशारा करून म्हणाला,

"आ रे येडाहो. तो शंकर मोऱ्या आहे. तो लेकरा-बाळांहिले अन् ढोरा-वासरांहिले जडी-बुटीचे औषिदं देतो. लयंच ढोरां-वासराचे अन् बाया-पोरांचे आजार तेन्हं जडी-बुटी दिऊन दुरुस्त करेल आहे. आपल्या मळ्यात जडी-बुटी, झाडपाला घ्याले येतो शंकर मोऱ्या. अशा टायमाले तेल्हे हाटकनं पडत नही. तेल्हे जर हटकलं तं मंग जडी-बुटीचा आसर व्हत नही. मांत्रिकाहीचे नियम लय कडक राह्यता भो. ते जर पाळले नही तं जडी-बुटी अन् मंत्रबी काम करता नही."

"कसे काय राह्यता त्याहिचे नियम?"

"जसं की आमोस्या पुनोले हाजामत करू नही, उत्तरकार्याचं जेवन जेऊ नही, इटळशी बाईच्या हातचं तं पाणीबी पिऊ नही, आसे लयंच नियम आहे. शंकर मोऱ्या समदे नियम पाळतो. म्हनून गुन आहे तेच्या हाताले. घटसर्पाचा आजार किती बेकार? शह्यरातल्या मोठमोठ्या डॉक्टरालाबे दुरुस्त करता येत

नही. पन शंकर मोऱ्या बोटभर मुळीचे तीन टक तीन दिवस देतो उगाळून. चौथ्या दिवशी आजार गायब. चुढेल भुतंबी काढतो शंकर मोऱ्या अंगातले.''

"जग्या भू, आमचे सर तं म्हनता चुढेल भुतं काही नसता. समदं खोटं आहे.''

"तुमचा सर काय सांगील रे. तेचं काय आहे, घरातून निघाला की शाळीत अन् शाळीतून निघाला की घरी. तेल्हे काय दिसतील चुढैल भुतं. जरा जंगलात जाऊन पहाय बरं म्हना रातचं बेरातचं. तुम्हाले ठाऊक नही, हा शंकर मोऱ्या आहे नं रातच्याले बजार भरवतो बहिरोबाच्या माळावर चुढेल भुतांहीचा आमोस्या पुनोले. तुह्या सराले म्हना, हिंमत आसील तं ये पाह्यले भुतं.''

जग्याच्या अशा थरारक गप्पा त्या वयात आम्ही विस्मयचकित होऊन ऐकायचो. शंकर मोऱ्या आमच्या मळ्यातल्या औषधी वनस्पतींचा उपयोग करून अनेकांचे आजार दुरुस्त करायचा. झरकांदा, आस्कंद, सौंदड, गुळवेल आणि अशा काही मळ्यातल्या औषधी वनस्पती अजूनही आठवतात. शंकर मोऱ्यानं काही उपयुक्त औषधी वनस्पती त्याच्या हातानं आणून आमच्या मळ्यात लावल्या होत्या. आमचा मळा गावाच्या अगदी जवळच असल्याने केव्हाही येऊन त्या वनस्पती शंकर मोऱ्याला नेता येत असत.

पौष-माघातल्या हिरव्या वैभवासोबत मळ्याच्या समृद्ध वैभवात भर टाकायची ती फळभारानं जडावलेली मोसंबीची बाग. या दिवसांत मोसंबीची फळं दिसामासी आकाराला यायची. फळांची जाड साल हळूहळू पातळ कागदी व्हायची. तिचा कच्चा गर्द हिरवा रंग हळूहळू पोपटी व्हायचा. फळांवर मध्ये मध्ये उमटलेली पिवळ्या रंगाची झाक फळांना अधिकच मोहक बनवायची. फळांचा रसरशीतपणा उघड्या डोळ्यांना सहज जाणवायचा. हिरवे रावे थव्याथव्यांनी मोसंबीच्या बागेत गर्दी करायचे. मोसंबीचा व्यापारी फळांची राखण करायला बागेत राखोळी ठेवायचा. आमच्या मळ्यात मोसंबी राखणीसाठी नेहमीच सांडू मुल्ला असे. सांडू मुल्ला कानाने जरासा बहिरा होता, त्यामुळे सर्वांनाच कमी ऐकू येतं असं समजून तो खूप मोठ्यानं बोलायचा. त्याच्या एका पायाचं पाऊल आक्रसून पार जाम झालेलं होतं, त्यामुळे पायाचा फक्त पंजा टेकवून तो चालायचा. अंघोळ भलेही जुम्मे के जुम्मे करेल; पण नमाज मात्र दिवसातून पाच वेळा पढायचा. त्याला गप्पांचा भारी नाद. इतरांची तारीफ करायची त्याला खोड होती. संध्याकाळी उन्हं उतरणीला त्यानं मळ्यातच झाडाखाली थाटलेल्या त्याच्या घरी कुणी ना कुणी अनाहूत पाहुणा हमखास गप्पा करायला येत असे. संध्याकाळचा स्वयंपाक

करता करता सांडू मुल्ला त्याच्याशी दिलखुलास गप्पा मारत असे. गप्पांच्या ओघात आपण कुणाची तारीफ करतोय, याचंही भान त्याला राहत नसे.

एकदा इंग्रजांच्या काळात दरोड्यात सहभागी असलेला संपत वाघ्या आमच्या मळ्यात आला होता. सांडू मुल्लानं त्याचीही तारीफ करायला कमी केली नाही.

"बाकी संपत भौ, तुम्हाराभी साला एक जमाना था। क्या डाके डाले भौ तुमने एक से बढकर एक. लेकिन कभी पुलीस के हाथ नही आयी तुम्हारी टोली, अंग्रेजोके शिपाई साले धुंडते ही रह गये थे। एक और बात, तुमने हमेशा गरिबोका खून चुसनेवाले बडेबडे साहूकारोंके घरपर ही डाके डाले। गरिबोको कभी दख्खल नही दी।"

आता डाका सावकाराच्या घरी नाही, तर का गरिबाच्या घरी टाकतील दरोडेखोर? पण सांडू मुल्ला तो! तारीफ करायची म्हटल्यावर त्याला कशाचंही भान राहत नसे. संपत वाघ्या निघून गेल्यावर मी सांडू मुल्लाला म्हटलं–

"क्या चाचा, तुम तो चोरोंकी भी तारीफ करते हो।"

"क्या करता बेटे? जमाना ही ऐसा है । झूठ भी हुआ तो मीठा अच्छा लगता है । सच हमेशा कडवा होता है । और मीठा बोलनेमें और तारीफ करनेमें अपने बाप का क्या जाता है? उसके लिये थोडेही रुपयेपैसे लगते है?"

मालकानं सोपवलेलं काम सांडू मुल्ला इमानेइतबारे करायचा. त्याच्याजवळ तासन् तास गप्पा मारत बसलं, तरी तो स्वत:हून एक मोसंबी तोडून कधी बोलणाऱ्याला खायला द्यायचा नाही. आम्ही मुलं मग सांडू मुल्ला दुपारी एक-दीडच्या सुमारास नमाज पढायला लागला की, चार-दोन मोसंब्या चोरून तोडून आणायचो आणि केळीच्या बागेत बसून गुपचूप खायचो. मोसंबीची सालं केळीच्या वाफ्याच्या वरमाखाली मातीत पुरून टाकायचो.

होळी झाल्यावर आठ-पंधरा दिवसांतच मोसंबीचा व्यापारी मोसंबीच्या बागेतील परिपक्व झालेलं रसरशीत फळवैभव तोडून न्यायचा. पौष-माघातल्या भरातली हिरवी पिकंही पिकून पिवळी झालेली असत. मग गव्हाची काढणी, कांदे, लसूण यांची खांडणी व्हायची. मोसंबीच्या बागेचंही पाणी तोडलं जायचं. भरण्याचं काम कमी व्हायचं.

गव्हाच्या खाली झालेल्या जागेवरच तात्पुरतं 'खळं' करून गव्हाची मळणी, काढणी व्हायची. उन्हाळ्यात चैत्र-वैशाखात मळ्यातल्या या खळ्यातच गुरांचा पडाव असे. संध्याकाळी गुरांचे चारा-पाणी मळ्यातल्या या खळ्यातच

करत. कामावरची माणसं रात्री गुरांजवळ झोपायला येत. उन्हाळ्याच्या सुट्ट्या असल्यानं उन्हं उतरणीला आम्ही मळ्यातच असायचो. गायी-म्हशींच्या वासरांसोबत हुंदडायचो. चांदण्या रात्री अधूनमधून मळ्यात झोपायला जायचो. उघड्या मळ्यात, निळ्या नितळ आभाळाखाली, चांदण्यात रेडिओवर 'बिनाका गीतमाला' ऐकायचो. त्या काळातल्या सिनेमांवर, नटनट्यांवर जिव्हाळ्यानं भरभरून बोलायचो. बोल-बोलता दिवस उलटून जायचे. पावसाळ्याची वर्दी देणारे वादळवारे वाहू लागायचे, आकाशात ढग जमा व्हायचे. मग मळ्याची जमीन पुन्हा नांगरून, वखरून खरिपाच्या पेरणीसाठी तयार केली जायची. एक आवर्तन पूर्ण व्हायचं.

असा हा आमचा पस्तीस-चाळीस वर्षांपूर्वीचा मळा. आम्हा भावंडाचं बालपण या मळ्याच्या अंगाखांद्यावर विसावलेलं होतं. मळ्यातल्या झाडा-झुडपांच्या, फुला-पाखरांच्या सहवासातच आम्ही मोठे झालो.

तसा तर आताही आमचा मळा आहे. मळ्यात विहीर आहे; पण विहिरीला लागून ना थारोळं ना हौद. धाव नाही, मोट नाही, मोटेवरचं गाणंही नाही. त्यामुळे आता मळ्यातली विहीर सूर हरवलेली मुकी-सुनी, उदास, भकास वाटते. आता मळ्यात सावली आहे, पण सावलीत ओलावा नाही. मळ्याच्या आसऱ्यानं बांधावर अवतीभवती रुजणारं, बहरणारं हिरवं वैभव नाही. आताचा 'मळा' नावालाच 'मळा' आहे.

आता मळ्यात विहिरीवर बसवलाय विजेचा पंप. लहांगीच्या ऐवजी जमिनीखाली गाडलेली पाइपलाइन. पाइपलाइनला जोडलेल्या ठिबकच्या नळ्या, ठिबकच्या नळ्यांमधून थेट पिकाच्या मुळाशी पिकापुरतं ठिबकणारं पाणी. अवतीभवती सर्व शुष्कता. कोरडेपणा. चूळ भरायची म्हटलं, तरी घोटभर पाणी मिळत नाही. वाऽरेऽ मळा! या मळ्याला मळा म्हणायलाही नको वाटतं. या मळ्यात खरंच जीव रमत नाही.

❐❐

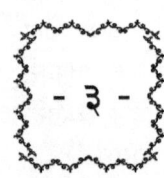

हयातदार

त्या दिवशी अनंत चतुर्दशी होती. शाळेला सुटीच होती. शाळेला सुटी असल्यानं आम्ही तिघं-चौघं सख्खी-चुलत भावंडं घरीच होतो. सकाळचे जेवण आटोपल्यावर आमच्या कामावरचा माणूस 'तोत्या' शेतात जायला निघाला, तसे आम्ही तिघं-चौघं भावंडं बैलगाडीत जाऊन बसलो. तसा तोत्या आम्हाला म्हणाला,

"का रे भो, आज इकडी बैलगाडीवर कसं काय? शाळा नही वाटतं."

"नही आज शाळा नही."

"मंग काय इचार आहे?"

"वावरात याच आहे आम्हाले."

"कशाले येता वावरात उन्हाचं. वावरात का खायाचं आहे का?"

"आज सुट्टी आहे तं यिऊ दे आजच्या दिवस. बैलगाडीवर बसून जानं अन् बैलगाडीवर बसून येनं."

"आऽरे भो वावरात गेल्यावर मी बैलं चारत फिरीन. तुम्ही काय करसाल? मह्या मांघी मांघी फिरसाल का बैलं चारत? ऊन लागतं भो वावरात. भाद्रपद महिन्यातलं ऊन आहे हे. लय चिरडतं. दुफारी ऊन चटक्याले लागलं की तुमचं चित नही लागनार. काय करसाल तुम्ही संध्याकाळलोंग वावरात?"

तोत्यानं आम्हाला परोपरीनं समजावलं. पण आम्ही शेतात जाण्याचा हट्टच धरला. तोत्याचा नाइलाज झाला. आम्ही तिघं-चौघं गाडीवर बसून शेतात गेलो. शेतात

गेल्यावर तोत्यानं गाडी सोडली, बैलांच्या शिंगांना कासरे गुंडाळले अन् म्हणाला, "तुम्ही बसा रे आता इठी गाडीवर बेढ्याच्या सावलीत. मी जातो तिकडी पडितात बैलं चाऱ्याले."

आम्हाला बेढ्याच्या सावलीत गाडीवर बसवून तोत्या पडितात बैलं चारायला निघून गेला. आम्ही बेढ्याच्या सावलीत गाडीवर बसून गप्पा करत राहिलो. थोड्याच वेळात दोन वेगवेगळ्या झाडांवर बसून संथ लयीत ठरावीक अंतरानं कानावर येणाऱ्या दोन पक्ष्यांच्या गाण्यानं आमचं लक्ष वेधलं. त्या गाण्यावर आम्ही आपसात बोलायला लागलो. "कोनते पाखरं आहे रे हे? एक इकडच्या झाडावर बसतं अन दुसरं तिकडच्या झाडावर. एकाचं गानं झालं की मंग दुसरं गानं म्हनतं."

"आरे येडा हो, ते दोन पाखरं म्हनजे सासू अन् सून आहे. तुम्ही नीट कान दिऊन ऐका त्याहिच गानं. तेच्यातली सून म्हनते, 'सासूबाई पोऽट दुखऽतं.' मंग सासू सांगते, 'ववा खाऽय, झोपून रहाय.' आम्ही सर्वजन मग ते संथ लयीतलं ठरावीक अंतरानं कानावर येणारं गाणं लक्षपूर्वक ऐकायला लागलो आणि खरंच आमच्या कानावर स्पष्ट शब्द यायला लागले–

"सासूबाई पोऽट दुखऽतं."

"ववा खाऽयऽ झोपून रहाय."

त्या पाखरांच्या गाण्याचं आम्हाला भलतं नवल वाटतं. जरा वेळ आम्ही पाखरांचं गाणं ऐकत बसलो. पाखरांचं गाणं, काही इकडच्या तिकडच्या गप्पा अशात आमचा काही वेळ गेला. पण मग नंतर मात्र एकाच जागेवर आमचं लक्ष लागेना. मग आम्ही ठरवलं, "चला पडितात जाऊ तोत्याजवळ. तो पडितात बैलं चारत आसीन." मग आम्ही पडितात जायला निघालो. भादव्याचं रान तसं हिरवंगार होतं. पन 'दुरून डोंगर साजरे' म्हणतात, त्याचा प्रत्यक्ष अनुभव आला. बांधाऱ्यावर आडमाप वाढलेलं अस्ताव्यस्त गवत, डवरलेली काटेरी झुडपं अन् ऐसपैस वाढलेल्या अन् दूरवर पसरलेल्या रानटी वेली, खाचखळग्यांतून तुंबलेलं पाणी आणि या पाण्यामुळे सभोवती माजलेली दलदल, किडे, मुंग्या, नाकतोडे, तुडतुडे या सगळ्यातून कशीतरी वाट काढत चिरडक्या उन्हात, घामाच्या धारा पुसत आम्ही पडितात आलो. पडितातसुद्धा गवत असंच वाढलेलं अस्ताव्यस्त. अधेमधे काटेरी झुडपं. बैल पडितात चरत होते. तोत्या एका काटेरी झुडपाच्या तुटपुंज्या सावलीत बसला होता. आम्ही उंच वाढलेल्या गवतातून वाट काढत तोत्याजवळ गेलो. आम्ही पडितात आल्याचं

पाहून तोत्या म्हणाला,

"इकडी कशाले आले रे ढासनमधी इच्चु काट्याचं. तिठी बसून रहा आपल्या वावरात बेढ्याखाली सावलीत."

"कध्लोंग बसा बेढ्याखाली सावलीत येड्यासारखं? आम्हाले करमेना तिठी. म्हनून आलो इकडी."

"तुम्हाले तं घरीच म्हनलं व्हतं मीनं की यिऊ नका रे उन्हाचं. तुमचं चित नही लागनार वावरात, तं तुम्ही ऐकता का? आता म्हनता करमत नही. वावरात का करमणुकीले येता का लोकं."

"मंग चाल नं आता घरी. आमचं काही चित नही लागत गड्या."

"आत्ता तं आलो आपुन वावरात अन चाला बी घरी. इतक्या पटकन घरी गेलो तं बाबा कल्हा नही करनार का मले?"

"काही नही करनार. आमचं नाव सांग जो. म्हना पोऱ्हाचं चित लागेना म्हनून आलो घरी."

"बरेच हुशार दिसता रे तुम्ही. बैलाहीले का उपाशी मारता कां. रोज दिवसभर औत वढन पडतं त्याहिले. आज त्याहिचा चऱ्याचा दिवस अन तुम्ही म्हनता घरी चला. ते जमनार नही बर भो. संध्याकाळलोंग थांबनं पडीन तुम्हाले वावरात."

तोत्यानं आसं म्हटल्यावर आम्ही हिरमुसलो. काटेरी झुडपाच्या फाटक्या सावलीत बसलो. चिरडक ऊन, चिकचिक घाम. काटेरी झुडपावरचे मुंगळे अंगावर चढायला लागले. गवताडातले नाकतोडे, तुडतुडे त्रासून सोडायला लागले. आमची अवस्था पार केविलवाणी झाली. आम्ही पार रडकुंडीला आलो होतो. तेवढ्यात शामराव हरीचा पांडा दोन बैल अन् एक गाय घेऊन पडितात चारायला आला. पांडा आम्हाला चांगलाच परिचित होता. पाचवी-सातवीपर्यंत शिकून त्यानं मधेच शाळा सोडली होती अन् तो शेतात काम करायला लागला होता. आम्हाला पाहून पांडा म्हनला, "आरे, शाळीतले पोरं आज इकडी कशी काय वाट चुकले बापा, अन् आसे काहून बसले किलवान्यावानी?"

"अरे भो पांडा, त्याहिचं चित नही लागून राह्यलं वावरात. ऊन लागून राह्यलं म्हनता." तोत्या म्हनला.

"हा वं रे पोरांहो, ऊन लागून राह्यलं? भाद्रपदातलं ऊन आहे भो हे. लय जह्यरी राह्यतं. चवळी मुंगाच्या शेंगा वाळता ह्या उन्हानं म्हनून चवळी मुंगाचं ऊन म्हनता येल्हे. काही काही लोकं पित्तरपाट्याचं ऊनबी म्हनता.

काहूनकी भाद्रपदातच पित्तर पाटा (पितृपक्ष) राह्यतो. ह्या भाद्रपदातल्या उन्हात जेन्ह दिवसभर वावरात काम केल्हं तो खरा शेतकरी' आस उगीच ना म्हनत जुने लोकं.''

''खरं आहे रे पांडा भू. आमचा जीव नुसता रडकुंडीले आला. चिरडक ऊन, मुंगळे, नाकतोडे- हैराण झालो आम्ही.''

''इठी आसंच राह्यतं भो. इठी काही पुस्तकातलं वावर नही. पुस्तकात राह्यतं, ''हिरवे हिरवे गार गालीचे'' अन् 'कवळे तांबूस ऊन कोवळे.''

पांडाजवळ अशा गप्पा सुरू झाल्या तसा तोत्या पांडाले म्हनला,

''पांडा, मह्या बैलांकडे ध्यान ठेव रे जरा. मी पोरांहीले चवळीच्या शेंगा तरी घिऊन येतो जराशा. भुजून खाऊ मंग. तेवढंच त्याहीचं चित लागीन.'' आस म्हनून तोत्या चवळीच्या शेंगा आणायला गेला. आमच्या गप्पा पुन्हा सुरू झाल्या.

''खरं आहे पांडा भू पुस्तकात, कवितेत अन् धड्यात आल्लकच लिव्हेल राह्यतं अन वावरात या तं आल्लकच दिसतं. अजिबात चित लागत नही. तुल्हे कसं काय करमतं रे पांडा भू रोजच्या रोज वावरात?''

''आ रे कशाचं करमतं बापा. मले बी वाटतं नको झालं हे उन्हातान्हात राबनं. पन केल्याबिगर व्हयीन का भो? काम करू तं शेती पिकील. शेती पिकली तं खायाले भेटीन. म्हनून मंग राबनं पडतं घाम गळोस्तर. इच्छा असो नसो.''

''मंग शाळा तं बरी व्हती पांडा भू. तून्ह काहून सोडली शाळा?''

''आरे, मले का ठाऊक व्हतं बापा, शेतीत आस ढोरांवानी राबनं पडतं म्हनून? तव्हा सालं शाळीत जानं जिवावर ये. मास्तर यिऊन जाऊन पाढे पाठ कऱ्याले लावे. नही आले पाढे की झोडपून काढे. म्हनलं फुका साले ते पाढे अन् ते शाळा. बरी आहे आपली शेती. आसं म्हनून सोडली शाळा. आता पस्तावा होतो. शेती पिकवायची म्हनलं की ऊन पाह्यन पडत नही का पानी, रात पाह्यन पडतं नही का पहाट. राबराब राबा. गाळा घाम. दुरून पाह्यानाराले हिरवे वावरं दिसता, शेतकऱ्याचा घाम नही दिसत.''

''का रे पांडाभू, तू तं शाळा शिकेल पोरांपेक्षाबी हुशार झाला. शाळीतल्या पोरांहीले काहीच समजत नही हे.''

''आरे भो, मास्तराची शाळा आल्लक, वावराची शाळा आल्लक. शाळीत मास्तर शिकवतो. वावरात आपलं आपल्यालेच शिकनं पडतं.

खाचखळग्याच्या रस्त्यानं चाल्याचं म्हनल्यावर माणूस आपसूक तोल सावऱ्यालो शिकतो.''

आम्ही अशा गप्पाच करत व्हतो तव्हाशी तोत्या हिरव्याकंच दाणेदार चवळीच्या शेंगा घेऊन आला. पांडानं मंग इकडेतिकडे झांबलझुंबल करून काटक्या, काही पालापोचाळा जमा केला. तोत्याजवळून आगपेटी घेऊन जाळ केला अन् चवळीच्या शेंगा भाजल्या. आम्ही सगळे मग एका झुडपाच्या सावलीत शेंगा खात गप्पा करत बसलो. शेंगांसोबत तोत्यानं घोळात करटुले काही दोडींचे फुलं ही आणले होते. त्याचा फुगलेला घोळ पाहून पांडा तोत्याला म्हणला,

''तोताभू, घोळ लय फुगेल दिसून राह्यला. काय आनलं रे एवढं घोळात?''

''काही नही रे पांडा, त्या तिठी येल व्हता चिलाटीच्या झुडपाजवळ कटुरल्याचा. चांगले हिरवेगार कटुरले व्हते. मंग घेतले तोडून कटुरले. बरे आहे भाजीले. एका सांजच्या भाजीचं काम भागतं.''

''तुल्हे बरा उरक आहे साला ह्या आडव्या कामाचा.''

वावरात गेल्यावर तोत्याले आसे आडवे कामं करायचा भारी आफेक होता. प्रसंगी बैलांना बांधून ठेवून तोत्या अशी आडवी कामं करायचा. त्यामुळे मोसमातली कोणतीही रानभाजी गल्लीत सर्वांत आधी आमच्या घरी शिजायची. त्यात उडीदमुंगाच्या शेंगा, कटुरलें, दोडीचे फुलं, चिघोर अशा भाज्यांचा प्रामुख्याने समावेश असे. श्रावणात तोत्या आईला पूजेसाठी गोकर्णीची फुलं आणून द्यायचा. फिकट निळसर छटा असलेली गोकर्णीची नाजूक शुभ्र फुलं फक्त आईच्या पूजेच्या ताटात असायची. पोळा हा शेतकऱ्याच्या जीवनातला महत्त्वाचा सण. पोळ्याच्या आदल्या दिवशी 'खांदमळणी' असते. खांदमळणीच्या दिवशी संध्याकाळी बैलांच्या खांद्याला हळद-तेल-लोणी लावतात. त्यासाठी पळसाच्या पानाची 'तीवन' उपयोगात आणली जाते. या 'तीवन'चं ही शेतकऱ्यांत कौतुक असतं. 'पळसाला पाने तीनच' ही उक्ती खोटी ठरवत शेतकरी खांदमळणीला चार पानांची पाच पानांची तीवन शिवारभर धुंडून आणतात. काहींना ती मिळते, काहींना तीन पानांच्या 'तीवन'वरच काम भागवावं लागतं. तोत्या मात्र दरवर्षी खांदमळणीला चार पानांची, पाच पानांची 'तीवन' आणायचाच.

एका वर्षी तर त्याने तब्बल सात पानांची 'तीवन' आणली होती. अशाच श्रावणात तोत्या 'गवळणी' (गवळण- एक औषधी रानफळ. त्याचा रंग आधी हिरवा असतो पिकल्यावर लाल होतो.) आणून घरी हलकडीला टांगून ठेवायचा.

गावात वैद्यांना औषधासाठी जेव्हा गवळणीचं काम पडायचं, तेव्हा ते तोत्याकडून 'गवळण' घेऊन जायचे, बदल्यात दोन-पाच रुपये द्यायचे. तोत्याला दोन-पाच रुपयांपेक्षा आपण आफेक करून आणून ठेवलेल्या गवळणीचा कुणाच्यातरी आजारासाठी उपयोग होतोय, याचंच जास्त समाधान वाटायचं.

आम्ही गप्पा करत शेंगा खात होतो. तोत्यानं घोळ मोकळा केला. कटुरल्यासोबत घोळात दोडीचे फुलंदेखील होते. तोत्यानं कटुरले अन् दोडीचे फुलं एका रुमालात बांधले. दोडीचे फुलं पाहून पांडा म्हनला,

"तोताभू दोडीचे फुलंबी आनले का रे?"

"दोडीचे फुलं नही पांडा ते, अंडे हे अंडे. तुन्ह खायेल आहे का नही दोडीच्या फुलांची चटणी? तेल, तिखट, मीठ टाकून तव्ययावर कलसून केल्हे नं दोडीचे फुलं तं अंड्याच्या चटनीवानी लागते भाजी दोडीच्या फुलांची."

"ते समदं खरं आहे तोताभू. पन फुलांच्या वासानं साप राह्यता दोडीच्या फुलांच्या येलीवर. दोडीचे फुलं तोडनं म्हणजे जोखमीचं काम. कोळी झाले, भिल्ल झाले तोडता भो दोडीचे फुलं अन् इकता सातीवर."

"आरे पांडा आपुन मानसं आहे अन् कोळी, भिल का मानसं नही? आपल्याले सापाची भीती अन् त्याहिले नही कां? खरं सांगू का पांडा, समदे जीव-जीत्राब आपआपल्या जीवाले जपता. आपुन ब्याह्यतो सापाले अन् साप ब्याह्यतो आपल्याले. मह्या हायातीत मीनं किती साप मारले आसतील येची गिनती नही."

"तेबी खरं आहे भो. सापाचा कर्दनकाळच आहे तू. तुव्ह अन् सापाचं जसं काही मुंगसासापाचं नातं आहे."

पांडा म्हनत व्हता ते खरंच होतं. गावात कुठी साप निघाला की लोकं आधी तोत्याले बोलावत. तोत्याबी हातातलं काम सोडून साप माऱ्याले जाये. लोकं म्हनत तोत्याचं मरन साप चावूनच व्हयीन. पन तसं काही झालं नाही. तोत्या राती बेराती जंगलात राहे. पन तेल्हे कधी साप चावला नाही.

शेंगा खाता खाता अन् गप्पा करता करता चांगले दोन-अडीच वाजले. ऊन आता जास्तीच चिरड करायला लागलं होतं. तहानेनं आमचा जीव व्याकुळला होता. बैलही आता नीट चरत नव्हते. त्यांचीही पाण्याची वेळ झाली होती. पांडा म्हनला,

"तोता, बैलांचं काही चित नही लागून राह्यल बरं आता चऱ्याले. मी बैलं तळ्यावर घिऊन जातो गड्या आता पानी पाज्याले. पानी पेल्यावर चरतील ते मंग आनखी एक झटका."

"मीबी आलो असतो पांडा तळ्यावर बैलं पाणी पाज्याले. पन हे पोरं राह्यनार नही आता इठी आपल्याले सोडून. मी आता वावरात जातो आमच्या, दोन भारे काढतो गवताचे अन् निघतो घराकडे. आता नदीवरच पाजील पानी बैलांहीले."

तोत्यासोबत बैलं घेऊन मंग आम्ही शेतात आलो. तोत्यानं दोन भारे गवत कापलं. गवताचे भारे गाडीवर टाकले. गाडी जुपून मग आम्ही जरा लवकरच घराकडे निघालो. घरी येताना गाडीत आम्ही गवताच्या भाऱ्यावर बसलो. तसा तोत्या आम्हाला म्हनला, "गवताच्या भाऱ्यावर नका बसू रे पोरांहो. गवत खराब व्हतं. खाता नही ढोरं." तोत्याचा ढोरावासरांत लय जीव. वावरातल्या न्याहरीचा घासकुटका मागे ठेवून तो बैलांना नित्य नेमाने भरवायचा- बैलांनाही तोत्याचा लळा होता. शेतात चरायला जाताना बैल तोत्यासोबतच चालत. तोत्या कोणाशी बोलत उभा राहिला तर बैलंही उभे राहात. शेतातून गाडी घेऊन आम्ही घरी आलो तेव्हा चार-साडेचारच वाजले होते. एवढ्या लवकर घरी आलो म्हनून बाबा तोत्यावर रागावलेच,

"का रे तोत्या? आला बी एवढ्या पटकन बैलं चारून. इतक्या कमी वेळात काय चरले असतील ते बैलं."

"हे पोरं राहत ना. तिकडी पानीबी नही प्याले चांगलं. पोरांकरता येनं पडलं लवकर जरा."

"तुल्हे बरं निमित्त झालं पोरांचं. सोबत नेल्हं कशाले पोरांहीले उन्हाचं."

"ते ऐकता कां? नही म्हनलं तरी आलेच बळजबरी गाडीवर बसून."

"तुल्हे बी बरंच झालं मंग. येरवाळी याले भेटलं घरी. आता बैल बांधले की झाला तू मोकळा गणपती विसर्जनाच्या मिरवणुकीत जायाले. बैलं मरो मेल्हे तं उपाशी."

"बैलं कसे मरतील उपाशी? रोज एकच भारा आनतो मी गवताचा. आज दोन टपुरे भारे आनले गवताचे. चकढुल व्हतील बैलं इतक्या गवतात."

तोत्या म्हणायला आमच्या घरच्या शेतावर काम करणारा गडी माणूस होता. पण तो आमच्या घरातल्यासारखाच होता. आमच्या घरी वीस-पंचवीस बिघे जमीन. पैकी पाच बिघे बागायती. विहीर, मोट, नाडा, ढोरं, वासरं, औत-फाटा असा बराच पसारा होता. त्यामुळे आमच्या घरी शेतीवर काम करायला दोन गडीमाणसं कायम असायची. पैकी तोत्या कायमचाच हयातभर आमच्याकडे कामाला होता. शेतीवर काम करायला माणूस महिन्यानं राहिला तर त्याला

महेनदार, सालानं कामावर राहिला तर त्याला सालदार म्हणतात. तोत्या आमच्या घरी हयातभर कामावर होता म्हणून तो हयातदार. आमच्या घरी तोत्या आमच्या घरातल्यांपैकीच एक बनून गेला होता. तोसुद्धा स्वत:ला परकं समजत नसे. आमची शेतीवाडी, गुरंढोरं, औतफाटा जणूकाही आपलीच मालमत्ता आहे असं समजूनच तोत्या आमच्या शेतीत राबायचा. शेतीवाडीवर, गुरावासरांवर जीव टाकायचा. तोत्याला विचारल्याशिवाय आमच्या घरून कुणालाच कधी बैल-बारदान, औतफाटा मिळत नसे. सगेसोयरे, शेजारी-पाजारी या सर्वांनाच हे चांगलं माहीत होतं. म्हणून कुणाला बैल-बारदान, औतफाट्याची गरज पडली तर ते आधी तोत्याजवळ गोड गोड बोलून त्याला पटवत व आपली औत-फाट्याची, बैल-बारदान्याची नड भागवत. म्हणायला तोत्याची सर्व हयात शेतीत गेली; पण तोत्याला शेतीतली महत्त्वाची बाणीची कामं काही जमली नाहीत. त्याला तिफन हाणता येईना का कडब्याचा भर रचता येईना. शेणपाणी, झाडझुड, बैल चारणं, गवताचे भारे आणणं असे किरकोळ सटरफटर काम तोत्या करायचा. आमच्याकडे दोन माणसं राहत म्हणून आमच्या घरचे अशा स्थितीतही तोत्याला निभावून नेत. अन्यत्र तोत्याचा निभाव लागणं तसं अवघडच होतं. तोत्या जरा आवळाबावळाच होता. निरक्षर तर होताच; पण निरक्षर माणसातही जे एक उपजत शहाणपण, व्यावहारिक समज असते, तीसुद्धा तोत्याजवळ नव्हती. ना घर ना संसार. ना बायको ना पोरं. त्याची सर्व हयात गुराढोरांसोबत राबण्यात शेतातच गेली होती. त्याला कुणीतरी सांगितलं होतं, 'जल्माला आल्यावर म्हणे लग्न केल्याशिवाय मरू नये.' म्हणून तोत्यानं म्हणे अंगठीशी लग्न लावलं होतं.

म्हणायला तोत्या आमच्या घरी खातापेता हयातदार म्हणून कामाला होता; पण तोत्या रात्री सहसा कधी आमच्या घरी झोपला नाही. पावसाळ्यात तो आमच्या मळ्याशेजारच्या सुकदेव माळकऱ्याच्या देव्हडीत झोपायला जायचा. सुकदेव माळकऱ्याच्या घरी आषाढ-श्रावणात 'पोथी' लावलेली असायची. पोथी ऐकायला मग गल्लीतले आजूबाजूच्या घरचे बायामाणसं हातात कंदील घेऊन यायचे. बाहेर आषाढ-श्रावणातला झडीचा झिमझिम पाऊस पडतोय. देव्हडीत कंदिलाच्या उजेडात एकजण आपल्या खड्या आवाजात पोथी वाचतोय. दुसरा तशाच खड्या आवाजात पोथीचा अर्थ सांगतोय आणि देव्हडीत बसलेली पंधरा-वीस बायामाणसं पोथी ऐकण्यात तल्लीन झालीत असं खेड्यातल्या पोथीचं एक प्रातिनिधिक चित्र माझ्या मनावर कायमचं कोरलं गेलं आहे. माळकऱ्याच्या घरी पोथी ऐकण्याच्या निमित्तानं बायामाणसं जमायचे म्हणून तेथे तोत्याचा

जीव रमायचा. एरवी तोत्याला पोथीतलं फारसं काही कळत नसे. कधीमधी आई सहज गंमत म्हणून विचारायची,

"राती काय ऐकलं रे तोत्या पोथीत?"

तर तोत्या काहीतरी असंबद्ध सांगायचा. त्याचे संदर्भ एकमेकांशी सहसा जुळत नसत. मग आई त्याला म्हणे, "काय येडागात्या आहे रे तोत्या तू. पोथीतली राती ऐकेल गोष्टबी तुल्हे सांगता येत नही सुदी. ध्यान दिऊन ऐकत जा पोथी चांगली." तोत्या त्यावर म्हणे, "जाऊ द्या, काय तं करनं पडतं आपल्याले. पाह्यटी उठून वावरातच तं जानं पडतं." पोथीमध्ये तोत्याला तसा विशेष रस नव्हता. पण 'पोथीसमाप्ती'ला मात्र तोत्याचा चांगलाच उपयोग व्हायचा. पोथीसमाप्तीचासुद्धा एक सोहळाच असतो. पोथी ऐकायला येणारी सर्व बायामाणसं यथाशक्ति गहू, तांदूळ, डाळ, काही रोख रक्कम जमवतात. पोथी वाचणाऱ्याला आणि अर्थ सांगणाऱ्याला नवे कपडे करतात. सर्व मिळून स्वयंपाक करतात व स्नेहभोजन करतात. या स्वयंपाकाच्या कामी सुकदेव माळकऱ्याला तोत्याची चांगलीच मदत व्हायची. रात्री झोपायला जायच्या निमित्तानं, पोथी, पोथीसमाप्तीच्या निमित्तानं तोत्याचं माळकऱ्याच्या कुटुंबीयांशी जिव्हाळ्याचं नातं जुळलं होतं.

तोत्याचं असंच जिव्हाळ्याचं नातं आणखी एका कुटुंबाशी जुळलं होतं. किसन बाऱ्याचं कुटुंबं. किसन बाऱ्याच्या कुटुंबाशी जिव्हाळ्याचं नातं जुळण्याचं कारण म्हणजे आमचं खळं. गावाच्या नदीपलीकडे गावठान जागेत खळवाडीत आमचं खळं होतं. पोळा पाठमोरा झाला की, उडीद कापायला सुरुवात व्हायची. तेव्हापासूनच गावठान जागेत खळवाडी उभी राहायची. खळ्याची जागा खुरपून काढणं, खळ्याला काट्या लावणं. खळं शेणसड्यानं शिंपून घेणं आणि त्यावर बैलांची पात फिरवून खळं लावून घेणं, मग सारवणं. एवढी सगळी काम सवडीनं करून घ्यायची. एवढी सगळी मेहनत घेतल्यावर खळं घरासारखं चकचकीत लख्ख व्हायचं. तोत्या तेव्हाच खळ्यात एक लहानशी झोपडी तयार करायचा. लाकूडफाटा, गवतपानं यांनी तयार केलेली, शाकारलेली झोपडी. खळ्यातली गवतानं शाकारलेली ही झोपडी म्हणजे तोत्याचं चंद्रमौळी घरच. खळ्यात उडीद आला म्हणजे तोत्याचा सुकदेव माळकऱ्याच्या घरचा मुक्काम खळ्यात हलायचा. आमच्या खळ्याशेजारी किसन बाऱ्याचं खळं होतं. सहसा तोत्याचे सूर लवकर कुणाशी जुळतना; पण किसनबारी अन् तोत्याचे सूर मात्र चांगलेच जुळले होते. संध्याकाळी शेतातून घरी आल्यावर गोठ्यात झाडझूड, बैलांचा चारापाणी करायचा. मग खाटाबाजा, अंथरूण, पांघरूण. कामं आवरली

की जरा वेळ तोत्या गल्लीतल्या पोराटोरांना सोबत घेऊन ओट्यावर टेकायचा. पोरांना इकडच्यातिकडच्या पुरा- पाण्याच्या, भुताखेताच्या, सापापाखरांच्या गोष्टी सांगायचा. बाबांचं जेवण झालं की मग तोत्याचं जेवण. जेवण झालं की मग मात्र तोत्या घरी थांबायचा नाही. अंगावर चादर पांघरून, हातात काठी अन् कंदील घेऊन तोत्या खळ्याचा रस्ता धरायचा. खळ्याच्या रस्त्यावरच किसन बाऱ्याचं घर होतं. खळ्यात जायच्या आधी तोत्या किसन बाऱ्याच्या घरी टेकायचा. किसन बाऱ्याचं घर लेकीसुनांचं, पोराबाळांचं, त्यात त्यांचं खटलं दिवसभर शेतात कामाला जायाचं. त्यामुळे रात्री त्यांच्याकडे स्वयंपाकाला उशीर व्हायचा. मग तोत्या किसन बाऱ्याचं जेवण होईपर्यंत त्यांच्या घरी गप्पा करत बसायचा. अधूनमधून तोत्या शेतातून आणलेली रानभाजी किसन बाऱ्याच्या घरीसुद्धा द्यायचा. एकदा आमच्या कामावरच्या दुसऱ्या माणसाकडून आईला हे माहीत झालं, तेव्हा आई तोत्याला म्हणाली,

"का रे तोत्या, तू वावरातून भाज्या आणतु अन् त्या किसन बाऱ्याच्या घरी नेऊन देतो म्हने! मले माहीत पडलं."

"नही भाभी, भाज्या तं आपल्याच घरी आनतो मी. मधी एक दिवस देल्हा व्हता बा चिघोर किसनभूच्या घरी. तेचि सून गर्भार आहे. किसनभूची बायको म्हने, 'आनजो रे तोतारामभाऊ एक दिवस चिघोर. मही सुन गर्भार आहे तिल्हे खा वाटते चिघोरची भाजी.' म्हनून मंग देल्हा व्हता एक दिवस त्याहिच्या घरी चिघोर."

"आसं आहे का बरं झालं बापा मंग. देत जा अशा येळीले. तेवढ्यानं काही कमी व्हत नही."

"लय गरीब अन् चांगले लोकं हायेती भाभी ते. आपुन आसो नसो आपल्या खळ्यावरबी ध्यान ठेवता. मले बी जीव लावता. कधी काही केल्हं त्याहिच्या घरी चांगलचुंगलं तं घासभर मलेबी देता."

किसन बाऱ्याच्या कुटुंबाशी तोत्याचं असं जिव्हाळ्याचं नातं होतं. किसन बाऱ्याचं जेवण झालं, की मग दोघं खळ्यात जात. खळ्यात गेल्यावर शेकोटी. शेकोटीवर आजूबाजूचे खळेवालेही येऊन बसत. मग उशिरापर्यंत शेकोटीवर उबदार गप्पा रंगत. उडीद झाला की ज्वारी. ज्वारी झाली की तूर. मळणी झाली की उफणणी, उफणणी झाली की वाहतूक. तब्बल चार-पाच महिने खळ्यावरची कामं चालत.

गव्हाची मळणी आणि काढणी मात्र आम्ही मळ्यातच करत असू. आमचा

मळा गावाला लागूनच होता. गहू पिकून पिवळा झाल्यावर काढणीला आला म्हणजे मळ्यातच तात्पुरतं खळं तयार करून तेथे गव्हाची काढणी करत. फाल्गुनपासून मग तोत्याचा मुक्काम मळ्यातल्या या खळ्यावर असे. हे खळं म्हणजे उघडं वाघडं. 'वर आभाळ खाली धरती' असं. उन्हाळ्याच्या सुटीतले दिवस असल्याने आम्ही भांवडंदेखील अधूनमधून तोत्यासोबत या खळ्यावर झोपायला जात असू. उघडं रान, मोकळं वारं अन् चांदण्याचं भरलेलं आभाळ. खूपच मस्त वाटायचं. या खळ्यावर तोत्या आम्हाला भुताखेताच्या कल्पित कथा जणूकाही खऱ्या घटना आहेत अशा अविर्भावात रंगवून सांगायचा. आम्ही मुलं तेव्हा शाळकरी होतो. तोत्यानं सांगितलेल्या त्या विस्मयकारक, चित्तथरारक गोष्टी आम्ही भयकंपित मनानं, कानांत प्राण ओतून ऐकायचो. तोत्या सांगायचा,

"कार्तिक मह्यना व्हता भो. थंडीचे दिवस. वावरात कापसं फुटेल. कार्तिक मह्यन्यात जत्रा राह्यते शेंदुर्णीची. त्येच्यानं चोट्टे जंगलालागे कापूस येचत जत्रीले पैसे पाह्यजे म्हनून. त्येच्याकरता वावरात कापूस फुटेल असला की जागलले जानं पडे राती. तव्हां शेजोळाचा गन्या व्हता आपल्या कामाले. जेवनंखावनं झाल्यावर राती आम्ही दोघं बैलगाडीवर निघालो भो जागलले दभाडीत. चान्न टिकोर व्हतं. थंडीबी तशीच. दभाडीत आलो तं कुठी कशाचा चहाळ नही. बेढ्याखाली गाडी सोडली. घडीभर बसलो गाडीवर बिड्या पेत भुतावानी. घडीभरानं गन्या त् झोपला. मले काही झोप येना. मी जागीच. जरा येळाने मले ढोराचा चहाळ आला. पाहतो त् एक ढवळी बरप गाय आपल्या वावरात तुरीच्या हारीवर आरामात चरून राह्यली. उठलो अन् गावडीले वावराच्या भाईर काढून आलो दूर. मी गाडीवर यिऊन बसत नही तव्हाशी गाय आनखी हजर. आनखी उठलो गावडीले हाकलून आलो. आस तीनदा चारदा झालं भो. मनात इचार कऱ्याले लागलो, 'सालं इतक्या राती इतक्या दूरच्या वावरात कोन्हाची गावडी आली आसील गड्या हे?' इचार करता करता मह्या डोक्यात एकदम उजिड पडला. आ रे हे कशाची गावडी आहे बापा. हो ना हो हा 'चकवा' दिसतो. मंग मातर मी काही गेलो नही भो गावडी हाकल्याले. म्हनलं खाय मावले तुल्हे किती खान आहे तं तूर. अंगातोंडावर घिऊन झोपून राह्यलो चिडीचूप. पाह्यटी उठल्यावर तुरीच्या हारीजवळ जाऊन पाहातो तं काय! तुरीचं एक पान खाचेय नही, कां तिठी मातीवर गायीचं एक खुर उमटेल नही. मनात म्हनलं वाचलो रे बापा! नही त् राती चांगलाच चकवा पडला आसता." तोत्या सांगत होता. आमच्या

सगळ्यांच्या डोळ्यात भयमिश्रित कुतूहल. आमच्यातल्या एकानं कुतूहलानं विचारलं, ''तू जर गेला आसता त्या गाईच्या मांघी तं कुठी नेलं आसतं तिनं.''

''कुठी नेलं आसतं? कुठीबी! चकवा लय खराब राह्यतो भो. मानसाले भुरळ पाडतो. कुठलच्या कुठी घिऊन जातो दूऽरऽ डोंगरात नही तं जंगलात. एखांद्याले पडक्या इहिरीत देतो ढकलून.''

अशा अनेक कल्पित कथा तोत्या ऐकवायचा. त्यात शेतात मटनाची भाजी घेऊन जाताना भुतानं आडवं होऊन मागितलेल्या बिडीची कथा, रात्री बांगडीबंद वेळेला जळताना दिसलेलं पण सकाळी वाऱ्यावर डोलणारं हिरवंगार गोंधनचं झाड आणि डोक्यावरचा मणी एका जागेवर ठेवून त्याच्या उजेडात रात्री फिरणाऱ्या मणिधारी नागाची कथा या गोष्टी मला अजूनही स्मरतात.

तोत्या थोडासा आवळाबावळा होता, पण भोळा आणि इनामदार होता. आमच्या घरी त्यानं खूप कष्ट केले. त्या वेळी ज्वारी काढायची म्हणजे महिना-पंधरा दिवस खळं चालायचं. तोत्या तेवढे दिवस भुशीत खळ्यातच रहायचा. शेताची नांगरटी चालायची तेव्हा महिनामहिना शेतात आखरावर रहायचा. खळ्यात असो वा मळ्यात, तोत्या सकाळी पाच वाजता शेनपानी करायला यायचा. तोत्या जरी निरक्षर होता तरी आकाशातील तारका-नक्षत्रं मात्र त्याला जुजबी का होईना, कळत असत. सकाळी पाच वाजले की नाही याचा अंदाज तो शुक्राची चांदणी, सप्तर्षी अशा नक्षत्र-तारकांच्या आकाशातील स्थानावरून घेत असे. सकाळीसच पाणी भरणे, गोठा साफ करणे, अंगण झाडणे ही कामं तो सहज सरावानं करायचा. जोपर्यंत तोत्या होता तोपर्यंत आईला कधी दोन बादली घेऊन आडावर पाणी भरायला जावं लागलं नाही की दळणाची पाटी घेऊन चक्कीवर दळायला! आईला घरकामात तोत्याची बरीच मदत व्हायची. खळ्यात तयार झालेला माल त्याच्या भरवशावर आमच्या घरचे सोडून द्यायचे. पण तोत्यानं बेइमानी केल्याचं कधीच कुणी सांगितलं नाही. आपल्याच घरचं काम असं समजून निष्ठेने तोत्या आमच्या घरी राबला. घरच्यांनीही त्याची कधी आबाळ केली नाही.

तोत्याचं जगच खरं म्हणजे सीमित होतं. शेत-शिवार, गुरं-ढोरं, खळं-मळा बस् ! देशाचा पंतप्रधान कोण? राज्याचा मुख्यमंत्री कोण? याचं तोत्याला सोयरसुतक नव्हतं. एवढंच कशाला, आता कोणता महिना चालू आहे, तारीख काय आहे हेसुद्धा तोत्याला कधी माहीत नसे. आमचं कुटुंब, सुकदेव माळकऱ्याचं कुटुंब आणि किसन बाऱ्याचं कुटुंब यांच्याशी त्याचं जिव्हाळ्याचं भावनिक नातं

होतं पण त्यालाही नाही म्हणले तरी मर्यादा होत्याच. तोत्याला तसे दूरचे जवळचे नातेवाईक होते; पण तोत्याविषयी त्यांना विशेष आस्था, आपुलकी असल्याचे जाणवत नसे. कारण तोत्याचं त्यांच्याकडे किंवा त्यांचं तोत्याकडे फारसं येणंजाणं नव्हतं. तोत्याचे नातेवाईक दूर तिकडे धुळे-कोपरगावकडे होते. तोत्या दोन-पाच वर्षातून चार-आठ दिवस काय तो नातेवाइकांकडे जायचा. अशा वेळी तो फार भावुक व्हायचा. ज्या दिवशी नातेवाइकांकडे जायचं त्या दिवशी सकाळपासूनच तो सैरभैर व्हायचा. जे आहेत तेच जाडेभरडे कपडे जरा स्वच्छ वगैरे धुऊन घालायचा. जाताना आम्हा भावंडांना जवळ बोलवायचा. आमच्या प्रत्येकाच्या हातावर आणापैसा ठेवायचा आणि भावूक होऊन म्हणायचा, 'भातकुल घेऊन खाजा.' तोत्याचा त्या वागण्यातला जिव्हाळा आत्ता या वयात जाणवतो व काळीज जड होतं. रक्ताच्या नात्यानं नसला, तरी सहवासातून जुळलेल्या आपुलकीच्या नात्यानं तो आमच्या कुटुंबाशी किती समरस झाला होता, याची जाण येते. तोत्याचं गावी जाणं असं दोन-पाच वर्षांतून चार-आठ दिवस. एरवी तोत्या सहसा कधी गावाला जायचा नाही. मात्र वर्षातून दोन वेळा यात्रेला जाणं त्यानं कधी चुकू दिलं नाही. यात्रेत गेला म्हणजे तोत्या तमाशा पहायचाच. तमाशात त्याला फार रस होता. सिनेमाविषयी त्याला फारसं आकर्षण नव्हतं. तरीपण गावी टुरिंग टॉकिजमधे अधूनमधून तो सिनेमे पहायचा. 'मन डोले मेरा तन डोले' आणि 'हवामे उडता जाये मेरा लाल दुपट्टा मलमलका होऽजीऽ' ही त्याची सिनेमातली आवडती गाणी. मळ्यातल्या गव्हाच्या खळ्यावर चांदण्या राती कधीमधी ही गाणी तोत्या आपल्या भसाड्या आवाजात आम्हाला म्हणून दाखवायचा.

तोत्या राकट होता. रात्रंदिवस ऊनवाऱ्यात, पाऊस पाण्यात काम करून त्याचं शरीर रापलं होतं. पण आयुष्याचा बराच काळ निसर्गाच्या सहवासात राहिल्यानं त्याचं शरीर निकोप व निरोगी होतं. तोत्या चार-आठ दिवस अंथरुणाला खिळून आजारी पडल्याचं आठवत नाही. सर्दी-पडसं, किरकोळ थंडी ताप तोत्या हिंडतफिरत सहज अंगावर सोसायचा. वय झाल्यावर तोत्या जरा थकल्यासारखा वाटायचा. त्याच्याकडून फारसं कामदेखील होत नसे. आमच्या घरी मग त्याला जड कामं सांगत नसत. वय झाल्यावर तोत्या वरवरची हलकी फुलकी कामं करायचा.

त्या वर्षी उन्हाळ्यात तोत्या थंडीतापानं आजारी पडला. वय झालं असल्यानं तो आता अंथरुणावर पडून रहायचा. पण तरीही हा एवढासा किरकोळ आजार त्याच्या जिवावर उठेल असं आम्हाला स्वप्नातही वाटलं

नव्हतं. दोन-पाच दिवसांत तोत्या ठणठणीत बरा होईल, असाच आम्हा कुटुंबीयाचा समज होता. आखाजीचा सण आणि उन्हाळ्याच्या सुट्ट्या होत्या. आणखी कुलदैवताच्या दर्शनालाही जायचं होतं. म्हणून आम्ही भावंडं आईसोबत मामाच्या गावी गेलो होतो. मामाच्या गावी चांगला पंधरा-वीस दिवस मुक्काम झाला. एवढ्या पंधरा वीस दिवसांतच तोत्यानं आपली इहलोकीची यात्रा संपवली होती. मरणोत्तर करावयाचे सर्व सोपस्कार करून झाले होते. घरी आलो तेव्हा आम्ही सर्वच खूप हळहळलो. तोत्याच्या अंत्यकाळात आपणाला तोत्याची सेवाशुश्रूषा करता आली नाही, याची खंत आईला अजूनही सलते. वर्षभरात विविध प्रसंगी जेव्हा जेव्हा आम्ही आमच्या पितरांची पानं पुजतो, तेव्हा तेव्हा त्या पंगतीत तोत्याच्या नावाचं एक पानही आई न चुकता पुजते.

◻◻

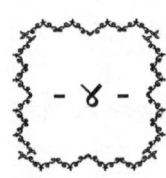

- ४ -

धनगराचा वाडा

"आरे ओ येडमट, मी काय म्हणतो ऐकती कां?"

"हा सांगा, ऐकते नं. अन् हेच नाव सापडलं कां तुम्हाले मह्याकरता ठेव्याले? काय नं म्हने येडमटं. येडमट आहे का मी?"

"आव ऐक वं! येडमट आहे. आता आर्धा जास्त संसार झाला आपला. आता काय दुसरं नाव ठेवती तुव्ह. जे आहे ते आहे. अन् मी म्हणतो नावात आहे तरी काय? प्रेमानं म्हना आपलं काहीतरी. जाऊ दे. तू अशीच त आहे. मधीच फाटा फोडती. मानूस काय म्हनतं ते राह्यतंच बाजूले. तं मी काय म्हनत व्हतो..."

"काय म्हणता..."

"पाह्यटीच निरोप झाला व्हता तान्ह्याबाबाचा. तो वाडा घिऊन यिऊन राह्यला तिसरा पाह्यरी. मले जानं पडीन. संध्याकाळी वाट नको पाह्यजो मही."

"याले लागले कां धनगराचे वाडे. आता वांधा नही मंग तुम्हाले पेरनीलोंग चार मह्यने. दारू प्या, मटन खा अन् बोकाळत फिरा वावरांलागे धनगराहीच्या वाड्यावर. चार मह्यने दत्तकच देल राह्यता तुम्ही धनगराहीले."

"आवं बरं आहे. त्या निमतानं सेवा व्हते गावातल्या शेतकऱ्याचीही. बिचारे धनगरबी परमुलखातून येता बिऱ्हाड पाठीवर घिऊन. तेवढाच आधार व्हतो त्याहीले आपला. अन् मी म्हनतो तुव्हा नही वाचत का तरास चार मह्यने?"

"मव्हा कशाचा वाचतो तरास? तुमचा राह्यतो कां

काही नेम घरी याचा अन् जायाचा? कधी कधी दोन दोन दिवस घराचं तोंड पाह्यता नही तं एखांद्या टायमाले निम्या राती येता घरी खिशात दोन आंडे घिऊन अन् तेवढ्या राती म्हनता अंड्याची चटनी दे करून. मले जेव्याचं आहे. 'येळ ना वारी अन् गधडं दारी', आशी गत करता तुम्ही.''

''हे पहाय, मी तुल्हे येडमट म्हनत आसलो तरी तू लय शाह्यनी आहे. बोल्याले बधनार नही तू मले. पन कमीत कमी गधडं तरी नको म्हनू. लय झालं तं घोडं म्हन धनगराच्या वाड्यावरचं.''

''गधडं म्हनलं काय अन् घोडं म्हनलं काय, तुम्हाले काही फरक नही पडत. जा आता तो तान्हाबाबा वाट पहात आसीन तुमची इस्टानावर.''

रामभू सावळ्या इस्टानावर आला, तव्हा तान्हाबाबा आनखी दोघातिघा धनगरांसोबत रामभू सावळ्याची वाटच पहात व्हता. रामभू आल्यावर तान्ह्याबाबा म्हनला,

''किती उशीर केलास रं बाबा यायला. म्या म्हनतो वाट तरी किती बघायची मानसानं. निरोप मिळाला नव्हता जनू?''

''निरोप मिळाला म्हणून तं आलो नं तान्हाबाबा धावतपळत. म्हनलं चला, तान्हाबाबा वाट पहात आसीन. कव्हाशीक आला?''

''दुपारा दिस कालायच्या येळलेच आलो मर्दा. पाह्यटी नऊ वाजेशी हालावला वाडा जेवूनखाऊन गोंदेगावहून. इथ येत येत दुपार टळून गेली. इथून मंग मेंढरं हाकलीत नेली त्या किसना पाटलाच्या बोरीवाल्या वावरात. आरं काय बाबा ते बोरीवालं वावर, पार तिकडं नाल्याच्या कराडीला. चांगला कोसा-दीड कोसाचा पल्ला. पायाचे तुकडे पडले मर्दा.''

''आता मी आलो नं. मग चिंता कऱ्याची नही तान्हाबाबा ह्या गावात. आता तीन दिवस हाय वाडा. किसना पाटलाच्या वावरात. पुढं कोन्हाच्या वावरात किती दिवस बसवायचा वाडा ते पहाय बाबा जरा गावात हिंडून.''

''तुल्हे सांगलं न तान्हाबाबा चिंता करू नको म्हनून. मीनं हाटकून ठेवलेआहे दोघा तिघाहीले. तू म्हनशील तं चाल भो आताच यिऊ टाकून एक चक्कर गावात.''

''आरं आता नाव नको काढू रामभू कुठं जायायं. आज लई पायपीट झाली मर्दा. लय शिनला जीव.''

''मंग 'श्रमपरिहार' घ्यायचा का जरा जरा?'' रामभू हासत हासत म्हणला.

''त्येच्या बिगर जमनार नही रामभू आज. 'श्रमपरिहार' जर का नाही

घेतला ना तं वाड्यापातूरबी जानार नाही म्या. आसं समज, तेवढ्यासाठीच तुझी वाट पाहतोय आम्ही. तू जोडीला आसलं की कसं जीव बिनघोर राहतो. थोडी कमी होऊ दे नाहीतर जास्ती.''

मग रामभू, सावळ्या, तान्ह्याबाबा अन् सोबतचे दोघं-तिघं धनगर लालभाईच्या दारूच्या अड्ड्यावर गेले. आपापल्या वकुबानुसार दारू प्यायले. काही दारू बाटलीत भरून सोबत घेतली. एव्हाना झापड पडली होती. मग समदे दारूच्या नशेत डुलतडालत असंबध्द बडबडत अंधारात रस्ता तुडवत वाड्यावर आले. कोंबडीचा रस्सा अन् जवारीच्या भाकरीवर ताव मारून झोपले. रामभू सावळ्या वाड्यावरच झोपला.

दुसऱ्या दिवशी सकाळी सकाळी रामभू सावळ्या अन तान्ह्याबाबा आमच्या घरी हजर झाले.

''राम राम सर! झाला का चहापानी?''

''राम राम रामभू, राम राम! चहापानी तं आवरला. तुन्ह कसं काय येनं केल्ह बापा आज सकाळी सकाळी?'' रामभू सोबत धनगर आहे म्हटल्यावर मी रामभूचं काम मनोमन समजलो, तरीबी इचारलं. तसं रामभू म्हनला, ''म्हनलं कपाशीचं वावर व्हयेल आहे आपलं खाली तं मेंढरं घ्या बसावून. तुमच्या कपाशीले बरी आहे पाली.''

''मेंढरं बसोयाले काही हाराकत नही रामभू, पन मंग आमचे ढोरं कुठी चरतील?''

''येडे आहे सर तुम्ही. तुम्हीनं एकदा का ढोरं घातले नं घरचे कपाशीत की समजा तीन दिवसांत चारली लोकाहीनं तुमची पाली. तुमचं कोन आहे घरचं ध्यान ठेवनारं. काहीच फायदा व्हनार नही. वाडाबी बसवला जानार नही अन् पालीबी राहानार नाही ढोरांहीले चऱ्याले. बुवाबी जाईल अन् दशम्याबी जातील. तेच्यापेक्षा मव्ह ऐका, मेंढरं घ्या बसावून. मोठा वाडा आहे. एकरभर वावर रंगतं एका रातीत.''

''तू म्हनतू तेबी खरं आहे रामभू, पन...'' मी इचार करत म्हनलो. मले आसा इचार करताना पाहून रामभू म्हनला,

''इतका काय इचार करता सर तुम्ही? हे पहा, हे यूरिया अन् फास्फेट ह्या कृत्रिम खताच्या भरोशावर नका राहू तुम्ही. तेच्यानं कस जातो जमिनीचा. गावरान खताशिवाय मजा नही सर शेतीत. एक तं शेनखत टाका नही तं मंग आख्खर तरी बसोवा. शेनखत म्हन्सालनं, तं साध्यासुध्या शेतकऱ्याच्या बसचा

रोग नही आता. म्हना काहून? काहून की हे मोठे मोठे खटल्यावाले शेतकरी दिवाळी झाल्याबरोबर समदं शेनखत इकत घिऊन टाकता. गावातलंबी अन आजूबाजूच्या खेड्यावरचंबी. आपल्यासारख्याच्या वाट्यावर काहीच यिऊ देत नही. अन् त्याहीले दोन पैशात महागघेल खतबी परवडतं. काहून की त्याहिचे घरचे ट्रक्टरं राह्यता वाहतूकले. आपल्यासारख्याले खत इकत घिऊन आनखी वाहतूकले पैसे देन्हं लय महागात पडतं. त्येचापेक्षा आख्खर बसवला की कसं, वांधा नही. वाहतुकीची झंझट नही.''

''बरं भो रामभू, आता तू इतकं सांगून राह्यला तं बसवू वावरात मेंढरं. पन तरीबी एक शबद इचारतो भो कामावरच्या मानसाले.''

''इचाराना सर, जरुर इचारा. आपलं काही म्हननं नही. कुठी आहे परभद भू.''

''तो झाडझूड करून राह्यला मांघी कोठ्यात. बैस दोन मिनिटं. मी येतो तेल्हे इचारून.''

मी उठून कोठ्यात गेलो. कामावरचा मानूस परभद कोठ्यात झाडझूड करत व्हता. मीनं तेल्हे इचारलं,

''का रे परभद भू. धनगर येल आहे दारी बैठकितं. वाडा बसवता का इचारता आहे. मंग बसवतु कां वाडा दभाडीत?''

''घ्या सर बसावून वाडा. पन आपली पाली गच्ची आहे बरं सहा बिघे. त्याहिले म्हना दोन दिवस बसवन पडीन वाडा. नही तं ते म्हनतीन एकच दिवस.''

''नही रे दोन दिवस बसोयले लावू न वाडा. पन मंग आपले ढोरं कुठी चरतील?''

''तेची नका चिंता करू तुम्ही. मी पाहून घिल यंदाच्या साल. पन यंदा मेंढरं बसवनं जरुरी आहे आपल्याले.''

''काहून रे परभद भू?''

''तेचं काय आहे सर, यंदा आपून करेल आहे चार बैलाची नागरटी. आपल्या वावरात आंब्याकडून हारळी आहे बंधाऱ्यात. यंदा नागटीनं चांगलीच मोकळीई व्हयेल आहे हारळी. मेंढरं चरले तं हारळीच्या समद्या गाठी खाऊन घेतील. बीन पत्यानं हारळी मुडीन आपल्या वावरातली.''

''बरं मंग मी बोलतो त्यांच्याशी.'' आसं म्हनून मी बैठकीत आलो. आल्या आल्या रामभूले म्हनलो,

''हे पहाय रामभू, बसवतो आम्ही वाडा; पन तीन राती बसनं पडीन.'' मी

एक रात मुद्दाम जास्ती सांगली. तस रामभूच्या आधीच तान्ह्याबाबा म्हनला,

"जमायचं न्हाई सर भाऊ. तेवढी पाली कुठं आहे तुमच्या वावरात? जित्राबाला खायाला लागतं पोटभर. तसं पाह्यलं तं एक दिवस पुरंल एवढीच पाली तुमच्या वावरातली. पन् पालापाचोळ्याचा, बांध बंधाऱ्याचा इचार केला तं लय झाल तं दोन दिवस. दोन रातीपक्षी जास्ती नही बसता यायचं तुमच्या वावरात."

"नही बरं तान्ह्याबाबा. तीन राती बसत आसाल तं सांगा, नही तं मी दुसरा वाडा पाहीन." मी उगाच तानत म्हनलो. तसा तान्हाबाबा उठून उभा रहात म्हनला,

"चलं रं बाबा रामभाऊ. आपल्याला न्हाई परवडायचं तीन राती बसायला. त्यान्हला पाहू दे दुसरा वाडा."

रामभू तान्हाबाबाला हात धरून खाली बसवत म्हनला, "आरे ओ तान्हाबाबा, आसा पळू पळू काहून करतू. तुल्हे 'पाली' भेटली पोटभर तं बैस तीन राती. नही तं दोन राती तरी बसशील का नही?"

"म्या का नही म्हनतो का? म्या बसायलाच आलो की! पन जित्राबाला खायला नसंल पोटाला पोटभर तर म्या म्हनतो फायदा काय बसून? जित्राबासाठीच तं हाय ना रामभाऊ ही गावोगावीची भटकंती?"

"आरे हा वं न तान्ह्याबाबा. तुव्हं जित्राब उपाशी नही राह्यनार. तू जरासा दम तं धर." तान्ह्याबाबाले खाली बसवून रामभू मले म्हनला, "मोठा वाडा आहे सर. हजारभर तरी जित्राब आसील. जित्राबाच्या हिसोबान इचार केल्हा नं तं खरच दोनच दिवस पुरील तुमच्या वावरातली पाली. तुम्ही तीन रातीच्या हेका धरू नका. दोन दिवसांत बी लय मोठं वावरं रंगवून व्हयीन सर तुमचं खता मुतानं. रातचा आख्खर, पहाटचा 'पड' आख्खर. थोडं वावर रंगतं कां? तुम्हाले आनुभाव नही सर आजून."

"बरं रामभू, दोन राती तं दोन राती. सांगा तं काय रात देन्हं पडीन?"

"जे लोकांकडून घेतो तेच द्या की! तुमच्याकडून का जास्ती घ्यायचं आहे का?"– तान्हाबाबा.

"आरे, पन काय घेता लोकांकडून, मले समजू तं द्या."

"हेच १०० रुपये अन् दोन डोळं जवारी एका रातीला."

"लय जास्ती व्हतं तान्ह्याबाबा. जरा हिशोबानं सांग."

"हिशोबानंच सांगितलं म्या. सहा खटले हायती भाऊ सोबत. काय लागत न्हायी खायाला?"

"का रे रामभू. कसं काय जमील हे? एका रातीचे १०० रुपये अन दोन डोळं जवारी म्हनजे दोन रातीचे २०० रुपये अन चार डोळं जवारी. हे तं लयच महागात पडीन बाबा."

"मंग तुम्ही काय देता सर?"

"मी दोन रातीचे १०० रुपये अन् एक डोळभर जवारी दील भो."

"सरभाऊ, पाठीवर मारा. पोटावर नको."– तान्ह्याबाबा.

"सर, खरंच सहा खटले आहे त्याहिचे. मोठा वाडा आहे. कमीबी घेतीन ते. पन मंग तीन खटले तुमच्या वावरात अन् तीन खटले दुसऱ्याच्या वावरात. काय भावात पडीन मंग ते? तुम्ही आसं करा १५० रुपये अन तीन डोळं जवारी द्या दोन रातीचे."

हाव नही हाव नही करता करता दोन रातीचे १५० रुपये अन् दोन डोळं जवारी द्याचं ठरलं. तिसऱ्या दिवशी तान्हाबाबाचा वाडा आमच्या वावरात बसला.

तिसरा पाह्यरी ऊन उतरल्यावर मी वावरात वाड्यावर गेलो, तव्हा समदी मेंढरं जवळच्या तळ्यावर पाणी प्यायला गेली होती. वावरात अंतराअंतरावरसहा बिऱ्हाडाहीनं आपला संसार थाटला. बायामाणसं मेंढरासोबत गेले होते. दूर दोन नंबरावरून वाड्यावरच्या दोन बाया डोक्यावर पाण्याचे हांडे घेऊन येताना दिसल्या. पैकी एक बाई बरीच तरुण होती आणि विशेष म्हणजे ती दोन दिवशी होती. तिचे दिवस जवळजवळ भरत आले होते. तिला पाह्यल्यावर मला कसंतरीच झालं.

जरा वेळानं तान्ह्याबाबा अन् रामभू गावातून आले. आम्ही जरा वेळ गप्पा करत बसलो. दिवस आता बुडायला आला होता. दिवस बुडायला आला, तसं पाण्यावर नेलेली मेंढरं धनगरांनी चारत चारत वाड्यावर आणली. मेंढरं वाड्यावर आली म्हनल्यावर एकच धांदल उडाली. बेऽऽ ब्याऽऽ असा एकच गलका सुरू झाला. मेंढरांच्या आया कोकरांना अन् कोकरं आपल्या आयांना बेऽऽ ब्याऽऽ करत धुंडत होती. एवढ्या हजार-आठशे मेंढरात आयांना आपलं कोकरू अन् कोकरांना आपली आई गवसेना. गलका वाढतच राहिला. वाड्यावरच्या बाया माणसांनी मग कोकरू आन त्याची आई यांची जुळणी करून दिली आई अन कोकरू या सगळ्यांच्या जोड्या जुळल्यावर कोकरं आपल्या आईच्या आचळांना लुसत दूध प्यायला लागली अन् आया आपल्या कोकरांना चाटू-हुंगू लागल्या. सर्व गलका एकदम शांत झाला. जरा वेळ हा दुग्धपानाचा सोहळा चालला. बायामाणसांनी गाईची-मेंढरांची दुधं काढली. मग सर्व मेंढरं आपआपल्या बिऱ्हाडाभोवती आपापली जागा धरून बसली. जरा वेळानं मेंढरं, गायी, घोडे

सगळी जित्राबं शांतपणे डोळे मिटून संथ लयीत रवंथ करत बसली. एवढ्या वेळात चांगलाच अंधार पडला होता. आता बिऱ्हाडापरत चुली पेटल्या. चुलीतल्या जाळात बिऱ्हाडं उजळून निघाली. जवारीच्या भाकरीचा खमंग वास शिवारभर दर्वळला. आपापल्या बिऱ्हाडावर बायामाणसं घोळक्यानं जेवायला बसली. चुरलेली गरमागरम खमंग भाकर अन त्याच्यावर बकऱ्या-मेंढ्यांचं पारोसं घट्ट दूध. भाकरी अन् दुधाच्या काल्यासोबत तोंडी लावायचा चुलीच्या राखेत खरपूस भाजलेल्या हिरव्या मिरच्या. माझ्याही तोंडाला पाणी सुटलं. पण बकऱ्या-मेंढ्यांचं दूध म्हटल्यावर मी मोह आवरला. बकऱ्या-मेंढ्यांचं दूध मला अजिबात आवडत नाही. खूप आग्रह होऊनसुद्धा मी जेवलो नाही. जेवणं आटोपली. चुली मंदावल्या. मंद चांदण्याचं अस्तित्व नजरेत भरायला लागलं. त्या मंद चांदण्यात आम्ही सगळेच कितीतरी वेळ वाड्यावर गप्पा मारत बसलो. गप्पा करता करता बरीच रात्र झाली. उशिरा रात्री मी घराकडे यायला निघालो. मला सोबत म्हणून त्या दिवशी रामभूसुद्धा घरी आला. एरवी बऱ्याचदा राती-बेराती घरी न येता तो वाड्यावरच मुक्कामाला थांबतो. आम्ही दोघं मग रात्रीच्या मंद चांदण्यात रमत गमत गप्पा करत घराकडे निघालो. "काही म्हन रामभू, एकदम मस्त वाटलं गड्या वाड्यावर. वर चांदण्यानं भरलं आभाळ, खाली मोकळं रान अन् मोकळ्या रानातलं भरार वारं. आवतीभवती मेंढरं- कोकरं, बकऱ्या, कोंबड्या अन गाई-घोडे. मधी आपलं एवढंसं बिऱ्हाड. वा! मस्त!! आपलंच एक विश्व, आपलंच एक जग. खरपूस भाजलेल्या भाकरीचा खमंग वास, चुलीतला फुरफुरणारा जाळ अन् जाळाच्या झुलत्या तांबूस उजेडातलं जेवन. आसं वाटतं, सगळं इसरून आपुनबी इठीच यिऊन रहावं वाड्यावर, अन् या धनगरांसोबत हिंडावं गावोगावी वावरालागे."

"तुम्ही एक दिवस आले सर म्हनून वाटतं तुम्हाले आसं. पन आपल्याले वाटतं तितकं सोपं नही सर हे आयुष्य. आपल्याले खरपूस भाजेलं भाकरीचा खमंग वास येतो; पन भाकरीचं पीठ भिजोयाले दोन दोन नंबरावरून डोक्यावर पानी आननं पडतं नं, तव्हां नानी याद येते. कुठी कसं कुठी कसं. जशा चांदण्याच्या राती तशा अंधाराच्याबी राती राह्यता. मधीच अवकाळी आढावू पानी आला तं मंग इचारून नका फजिती. मी आता लय वर्सापासून राहून राह्यलो सर वाड्यावरच्या धनगरांसोबत, म्हनून मले ठाऊक आहे."

"तू म्हनतं तेबी खरंच आहे रामभू. दुरूनच डोंगर साजरे दिसता भो. जो सोसतो भोगतो, तेल्हेच समजते दुखाची कळ. आपला साला घरातबी जीव

घाबरतो राती अंधारात. इठी तं साला जंगलचा मामला आहे. ऊन-वारा, थंडी पानी, इच्चू-काटा, साप-इंगळी कशाचा भेव राहत नही जंगलात? मी तं म्हनतो कमाल आहे भो मेंढरं घिऊन गावोगावी फिरनाऱ्या अन् जंगलालागे वस्ती करून वाड्यावर राह्यनाऱ्या ह्या धनगरांची.''

''आपून येडे समजतो; पन लय हुशार राह्यता सर धनगर. अवकाळी गारांचा पानी आला नं तं गारा वाड्यावर पडू देता नही. दुसरीकडे वळवता समद्या गारा. मेंढ्यांच्या अंगावर गारा पडल्या नं तं एक मेंढी जिवंत राह्यनार नही. पन ऐकलं का तुम्हीनं कधी, की धनगराच्या वाड्यावर गारा पडल्या अन् मेंढ्या मेल्या म्हनून? इच्चू-काट्याचाबी त्याहिले भेव नही. तुम्ही हेबी ऐकलं नसील कधी, की साप चावून वाड्यावरचा धनगर मेला म्हनून. कुत्रे आसे राह्यता सर, त्याहिचे तं इचारू नका. हिम्मत नही कोन्हाची राती-बेराती वाड्यावर पाय टाकील म्हनून. पन तरीबी त्याहिचं आयुष्य खडतरच आहे सर.''

''हावं रे रामभू. संध्याकाळी ते दोन जिवशी पोरगी डोक्यावर हंडा घिऊन ढेकळाच्या वावरातून पानी आनताना पाह्यल्यावर लय कसंतरी वाटलं गड्या.''

''तान्ह्याबाबाची सून आहे सर ते पोरगी. मीन्हबी सांगलं तान्ह्याबाबाले. म्हनलं, ह्या पोरीले दे भो घरी पाठावून. घरी कोन्हचं नही त्या पोरीची देखभाल कऱ्याले. तिचा भाऊ यिऊन घिऊन जानार आहे त्या पोरीले. वाट पाहून राह्यले ते तिच्या भावाची. पन तेचा पत्ता नही आजून. ते बी काय करतील? त्याहिचाबी वाडा आसील आसच कोन्ह्या गावाले.'' गप्पा करत, रमत गमत आम्ही घरी आलो तेव्हा बरीच रात्र झाली होती. गाव सारं सामसूम झालं होतं.

आमच्या वावरातून धनगराचा वाडा उठून गेल्यावर लय एका मह्यन्यानं रामभू सावळ्या स्टँडवर भेटला.

''रामराम सर!''

''रामराम रामभू, रामराम! काय रामभू, कुठी आहे आता वाडा?''

''आता शंकर फटाक्याच्या वावरात आहे सर वाडा. तेच्या आधी लय पंधरा दिवस वाडा बाळा पाटलाच्या वावरात व्हता.''

''बाप रे! पंधरा दिवस?''

''तसा पाचच दिवस बसोयाचा व्हता त्याहिले वाडा, पन मंग लांबवन पडले आनखी दहा दिवस.''

''काहून रे राम भू?''

''आरे बापा ते दोन जिवशी पोर! तान्ह्याबाबाची सून! ते बाळातीन झाली

तव्हा वाडा बाळा पाटलाच्या मळ्यात व्हता. पोर बाळातीन झाली म्हनल्यावर बाळा पाटलानं वाडा पाच दिवस बसोयाचा व्हता तिठी पंधरा दिवस बसावून घेतला. बाळा पाटलाले काय फरक पडतो? मोठी आसामी ते. ट्रॅक्टर, बैलं, गाड्या, इहिरी अन मळे. सोळा कोटी कारभार. बरं झालं पोरगी नेमकी बाळा पाटलाच्या मळ्यात वाडा व्हता तव्हाच बाळातीन झाली.''

''हात तेच्या बहिनपनी. म्हनजे तान्ह्याबाबानं सुनबाईले पाठवलंच नही का घरी?''

''लय वाट पाह्यली सर तिच्या भावाची. आज यिल काल यिल, पन आलाच नही पठ्ठ्या. आखेरले पोरगी वाड्यावरच बाळातीन झाली.''

''आवघडच आहे सालं, नही का रे रामभू?''

''काही आवघड नही हो सर. आता बकऱ्या-मेंढ्या, गायी-म्हशी, कुत्रे-मांजरे बाळातीन व्हता, कोन पाह्यतं त्याहिच्याकडे? आता जनावर अन् माणसं येच्यात फरक आहे हे गोष्ट खरी आहे. पन बायांचेबी सगळेच बाळातपनं काही आवघड नसता सर.''

''तरीबी बाळातपन म्हनलं की जीव घाबरतोच रामभू.''

''जीव तं लय घाबरतो सर. त्या राती योगायोगानं मी वाड्यावरच मुक्कामी व्हतो. जेवनखावनं राती पोरीचं पोट लागलं ब्बा दुख्याले. म्हनलं काय वाईट गोट आहे बापा आता हे. इठी साला जंगलचा मामला. एवढ्या राती डॉक्टरबी कसा काय यील म्हनल बापा ह्या जंगलात? मी जरा इचारात पडलो. तरीबी तान्ह्याबाबाच्या बायकोले म्हनलं, ''बाई, डॉक्टरले आनू का?'' ते म्हनली, ''भाऊ काही घाई करू नको. पाहू वाट घडीभर.'' ते बाई धीराची, आनुभावी. तिन्हं आसे लय प्रसंग पाह्यले. तिचे दोन बाळतपनं वाड्यावरचेच. मंग काय, बसलो वाट पहात. उघडं रान, जंगलाचा मामला. पोरगी तगमग करे. मव्हं तं इतकं चित लागेना. रातभर डोळ्याले डोळा नही. आख्खा वाडा जागीच. पाह्यटी पाह्यटी चार-पाच वाज्याले पोरगी मोकळी झाली, तव्हा कुठी जीवात जीव आला. पोरगं झालं. तान्ह्याबाबाच्या बायकोनं काशाचा थाळा वाजवला. समद्या वाड्यावर आनंद झाला. बाळ-बाळातीन सुखरूप.''

''पन तरीबी वल्ली बाळातीन. एवढुसं पोरगं अन् जंगलचा मामला. आवघडच आहे नं रे रामभू?''

''तस तं आवघडच व्हतं सर. पन बाळा पाटील अन् तेच्या घरची बाईबी लय जानून. मानुसकीचे मानसं. वाडा पाचच दिवस बसवनार व्हते बाळा पाटील.

पन वाड्यावर पोर बाळातीन झाली म्हनल्यावर बाळा पाटलानं आनखी दहा दिवस जास्ती वाडा बसवून घेतला. बाळा पाटलाच्या घरची बाईबी दुसऱ्या दिवशी बाळातीनच औषीध घिऊन वाड्यावर आली. बाळ-बाळातीनसाठी तिच्या हातानं मळ्यातल्या झोपडीत समदी सोय करुन देल्ही. बाळा पाटलाच्या मळ्यातली झोपडी तान्ह्याबाबाच्या सुनीची बाळातीनची खोलीच झाली. एवढं समदं करून वर आनखी ते बाई म्हनली, ''काही लागलं सवरलं तं सांगा. पोर मह्या मळयात वाड्यावर बाळातीन व्हयेल आहे. तिल्हे अन तिच्या पोराले काही दखल झाली तं मह्या तोंडाले काळं लागीन. तेच्याकरता म्हनते कशाची कमी पडूं दिऊ नका.'' अन खरच कशाची कमी पडू देल्ही नही सर त्या माऊलीनं. मळ्यातल्या आंब्याच्या झाडाले झोका बांधला अन् पोराच नाव ठिवलं. तान्ह्याबाबानंबी काही कसूर ठिवली नही. बाळा पाटलाच्या घरच्या बाईले सातशे रुपयाचं भारी जरीकाठाचं लुगडं घेतलं. त्याहिच्या घरच्या बारक्या पोराहीले चांगले कपडे घातले.''

''वा रे वा! बारसं तं एकदम झालं सालं मंग. अन् 'पाची' रे रामभू?''

''पाचीचं नका इचारू सर. मरोस्तर इसरनार नही आशी जागवली पाची. पेटीमास्तर नाना पाटील, ढोलकीवाला ढोरक्याचा रामा, तबला वाजोयाले वामन खाटकी, खंजिरीवाले नथ्थू मिस्तरी, काही टाळकरी अन् काही झिलकरी. जेवनखावन येळीले समदे वाड्यावर हजर. तान्ह्याबाबानं पाचीले बोकड्याच कापला व्हता. मी लालभाईकडून मोठ्ठी कॅन भरून दारू घिऊन गेलतो. मटनाचं जेवन अन् सोबतीले दारू. मग काय इचारता पाचीचा दांगडो. नाना पाटलानं लुगड नेसून नाचत नाचत गवळणी म्हनल्या, 'लंगडत लंगडत गेल्ही बांधावर. पायी रुतला काटा.' पाटीलबा खंडेरावची आल्लकच मथुरा. ढवळ्या मिशावर ताव देत तेचि तान, 'मै मरा तो पर्वा नही, मेरा जमना हो गया' म्हनलं, अशी ढोरावानी दारू पेल्यावर हे तमन्ना लवकरच पुरी व्हयीन बापा तुही. नथ्थु मिस्तरी खंजरी वाजवत आपलं पेटंट भजन म्हन्याले लागला, 'देव आशन पावनार नही रे, देव बजाराचा भाजीपाला नही रे.' म्हनलं, हेबी खरंच आहे भो. दारू पिऊन अन् मटन खाऊन भजनं म्हनल्यावर काय देव पावील बापा? एकावर एक तान. ढोरक्याचा रामा ढोलकी फोड्याले पाहे तं खाटक्याचा वामन तबला. नथ्थु मिस्तरीच्या खंजिरीचा आवाज दहा नंबरावर ऐकू यील एवढा. नुस्ती धमाल. एक भजन झालं की एक गिल्लासभर दारू. रातच्या दोन-अडीच वाजोस्तर पाची जागवली. घरी येता येता आनखी एक एक, दोन दोन गिल्लास हानले मंडळीनं. निघाले मंग झुलत झुलत घराकडे. पाहटंचं थंडगार वारं जसं लाग्याने लागलं तशी दारू चढ्याले लागली.

मंग कशाचं सुदरतं घरी येनं? एक पडला ह्या वावरात तं दुसरे दोघं त्या वावरात. कोन्ही नदीत कोन्ही नाल्यात. दिवस उजाडता उजाडता आले एक एकेक उठून. दुसऱ्या दिवशी मारं हासून हासून सांगत मंग, 'लय पाचव्या जागवल्या भो, पन् आशी पाची नही जागवली कधी.' त्याहिच्यातला कोन्ही भेटला की इचारजा तुम्ही. मंग पहा कसे हासून हासून सांगता ते तुम्हाले."

"इचारील एखाद्या टायमाले. नाना पाटील भेटतो आधूनमधून. बर, रामभू. जातो आता."

"बरं सर, मीबी जातो. दोन दिवस झाले घराकडे गेलो नही. घरचे बोंबलता मह्या नावानं. म्हनता धनगर आले गावात की याहीले घरादाराची सूद रहात नाही." आसं म्हनून रामभू हासत हासत निघून गेला.

त्या दिवशी रामभू सावळ्या आसाच घरी येलं व्हता. दुपारी जेवल्यावर तेन्ह जरा आंग टाकलं तं तेल्हे झोपच लागली. झोपीतून उठून रामभू गुळणाच करता व्हता तव्हाशी तान्ह्याबाबा घाईघाईनं धापा टाकतच रामभूच्या घरी आला. जरासा दम घिऊन खाली बसत तान्ह्याबाबा म्हनला,

"आरं ओ रामभू. त्या कडू इश्रामानं काय तोम्हात आनली बाबा आमच्याभवती? दोन मेंढरं दाबून धरली."

"काहून रे तान्ह्याबाबा?"

"अरं बाबा, मेंढरं घुसली व्हती त्याच्या वावरात. लगटच काढली मेंढरं बाया मानसांनी. उगा आपलं दोन-चार झाडं वरबाडली मेंढरांनी तुरीची. तेवढ्यात त्यानं मेंढरं दाबून धरली दोन. नुस्कानभरपाई दिल्याबिगर मेंढरं द्यायची न्हाई म्हनतो. तू चल रं बाबा तठलोंग."

"हात तेच्या बहिनपनी, मेंढरंबी नेमके त्या कडू इश्रामच्याच वावरात घुसले का. तो तं वाटच पाह्यतो संधीची. तेची हमेशाच राह्यते कशाच्या ना कशाच्या निमतानं तोम्हात. आमच्या गावात तेचं नावच ठिवले आहे कडू तोम्हात्या. चाल भो पाहू काय म्हनतो तं तो." चहापानी घेतल्यावर ते दोघं कडू इश्रामच्या वावरात आले.

"आरे काय झालं रे कडूबा भाऊ? काहून धरले बापा मेंढरं?"

"आरे पहाय नं रामभू, किती तूर खाल्ली साली ह्या मेंढराहीनं. आपून साल बारा मह्यने कष्ट करा अन् हे धनगर आसं करता."

"आरे त्याहिन का हाटकून घातलेशील का भो मेंढरं वावरात? नजर चुकावून घुसले आसतील."

"ध्यान ठेवलं पाह्यजे नं रामभू? नजरचुकीनंबी घुसले तरी नुकसान कऱ्याबिगर राह्यता का रामभू मेंढरं?"

"तवरूतच काढली ना बाबा मेंढरं तुझ्या वावरातून. कुठं नुस्कान झालं जास्ती. चार झाडं फार तं वरबाडली आसतील तुरीची."

"ये म्हताऱ्या, जास्ती बोलू नको. तुम्ही धनगर आसेच राह्यता. रिकामी येडी घालता. तुमचे मेंढरं चारनं समजतं तुम्हाले. लोकाचं नुकसान नही दिसत."

"आरे जाऊ दे नं कडूबा भाऊ. एवढा काहून संताप करतू? गरीब लोकं ते. परक्या मुलखातून येता जित्राबासाठी."

"आरे, कशाचे गरीब बापा ! मतलबी राह्यता ते. अन् परक्या मुलखातून का आपल्या उपकाराले येता ते ! नुकसानभरपाई भेटल्याशिवाय मेंढरं सोडनार नाही मी."

कडू तोम्हात्या आसं ऐकनार नही हे समजल्यावर घडीभर इचार करून रामभू सावळ्या म्हनला,

"बरं बापा, नुकसानभरपाई देल्ह्यावर तरी सोडशील का नही मेंढरं? किती नुकसान झालं तुव्ह अन् किती पाह्यजे नुकसानभरपाई?"

"तीनशे रुपये घील तव्हा सोडील मी मेंढरं."

"आरे भल्या मानसा. एवढीशी तूर खाल्ली नही तूही अन् तीनशे रुपये मांघतू."

वाद सुरू झाला म्हनल्यावर आजूबाजूच्या वावरांतले चार लोकं जमा झाले. हाव नही नही हाव करता करता १५० रुपये नुकसानभरपाई घिऊन कडू तोम्हात्यानं मेंढरं सोडले. मेंढरं घिऊन वाड्यावर जाता जाता रामभू सावळ्या तान्ह्याबाबाले म्हनला,

"तान्ह्याबाबा, वाईट वाटून घिऊ नको तू. हे १५० रुपये काढून दिलं मी तुह्ये. पचू नही देन्हार कडू तोम्हात्याले."

लय दिसानं पोळा झाल्यावर रामभू सावळ्या भेटला. म्हनलं, "रामभू, तुव्ह काही चित लागत नसीन धनगर गल्हे की."

"तसं काही नही सर. पेरनी झाली की हंगाम येवोस्तर राह्यतंच आपल्या वावरात काम. निंदनी, इरळणी, वाही करा एवढं तेवढं. दिवाळी झाल्यावर मंग पोरगा घेतो आवरून हंगाम. आपून रहा धनगरासोबत."

"धनराहीचेही आसतील नं रे रामभू वावरं?"

"वावरं आहेती सर त्याहिचेबी; पन शेती नही घेता ते लोकं जास्ती. त्याहिचा भर सोन्यावर. सोनं घेता ते जास्ती. एकेकाच्या घरी किलो-दोन दोन किलो सोनं.

लय श्रीमंत लोकं आहे सर ते. हे मोठे मोठे घरं अन् मोठे मोठे वाडे.''

"तू गेल्हा व्हता का रामभू कधी धनगराहीच्या घरी?''

"जाऊन येलं आहे सर आपून. जातो कधी मधी कारनोकारनी. यंदा आत्ता जाऊन आलो मांघल्या हप्त्यात.''

"आसं! कसा काय गेला व्हता बापा? काही खास कारन?''

"तसं म्हनलं तं व्हतं. अन् म्हनलं तं नही व्हतं.''

"काही समजलो नही मी.''

"तुम्ही उगच आपले आहे म्हनून सांगतो सर. बोल जा नका बरं कुठी. तो कडू तोम्हात्या आहे नं, तेच्या वावरात मेंढरं घुसले व्हते. उगच चार दोन झाडं वरबडले आसतील तुरीचे. तं १५० रु. घेतले व्हते तेन्हं तान्ह्याबाबाजवळून नुकसानभरपाईचे. तान्ह्याबाबा जीवाले खाये. तव्हाच म्हनलं व्हतं मीन्हं तान्ह्याबाबाले की उगच जीवाले नको खाऊ. तुह्ये १५० रुपये तुह्या घरी आनुन दील. मव्हं ध्यानच व्हतं मंग कडू तोम्हात्यावर. उन्हाळ्यात तेच्या पोरीचं लगन गेल्हं लाग्याले वराडात. समदे लहानमोठे, चुलत उलत जायेल व्हते लग्नाले. मीनं जेवनखावन राती गाडी जुपली अन टपुऱ्याभर आनला कडब्याचा गाडीत टाकून तोम्हात्याच्या वावरातल्या गुडावरून. परभारे टाकला इकून ३०० रुपयाले. आता जाऊन दिऊन आलो १५० रुपये तान्ह्याबाबाले. राहले दीडशे रुपये आपल्याले भाड्याले अन् खर्चापान्याले कामा आले. हवाबी पालट झाली अन् पाहुनचारबी झाला तान्ह्याबाबाकडे.''

"आसं! पाहुनचारबी व्हतो का तुल्हे तान्ह्याबाबाकडे?''

"आपल्या सोयऱ्यापेक्षाबी चांगला पाहुनचार करतात सर ते लोकं. तसं पाह्यलं तं त्याहिच्या पुढे आपुन फाटके मानसं. पन उलशिक गुर्मी नही सर त्याहिले श्रीमंतीची. उलट, लय मानुसकीचे मानसं. मायाळू.''

"त्याहिचं आयुष्यच त्याहिले मायाळु बनवतं. गावोगाव फिरनं पडतं त्याहिले. परक्या मुलखात बायका-पोरं, मेंढरं-कोकरं घिऊन ते कुठी कुठी अन् कोन्हा कोन्हाजवळ भांडनं करतील? भांडनापेक्षा हारती घेनं बरी.''

"तेबी खरंच आहे म्हना. कडू तोम्हात्यानं येचाच तं फायदा घेतला त्या दिवशी. लयच आगळीक केल्ही. तेच्यानं जीवावर आली सर मह्या. नही नं आपून चोऱ्या करतो का? पन कोन्ही रिकाम्या रानी तरास देत आसील गरिबाले तं मग आपून महागात पडतो तेल्हे.''

"जाऊ दे. जाय इसरून आता हे गोष्ट. बरं चालतो मी,'' आसं म्हनून

मी आपल्या वाटेला लागलो.

पुढे लय पाच-सात वर्ष मी रामभूले धनगरासोबत पहात व्हतो. एका भल्या सकाळीसच रामभू घरी आला. घायकुतीला येऊन गयावया करत म्हनला,

“काहीबी करा सर, पन मले आज २०० रुपये द्या.”

“कशासाठी रे रामभू? अन् आज एवढा घायकुतीले काहून आला?”

एरवी वाघासारखा वाटणारा रामभू त्या दिवशी बाईसारखा ढसाढसा रडायले लागला. रामभूले आसं रडताना कधी पाह्यलं नव्हतं. त्याला आसं रडताना पाहून कसंतरीच वाटलं. २०० रुपये देत मी रामभूले विचारलं,

“पन झालं काय, ते तरी सांगशील का नही रामभू?”

“तान्ह्याबाबा मेला सर. आज पाह्यटीस फोन आला झापडीत. दुपारी एक वाजता ठेवनार आहे. आपल्या गावातून वीस-पंचवीस लोकं जाताहे तान्ह्याबाबाले ठेव्याले. दोन गाड्या केल्या जायाले.”

“मंग मले बी यिऊ द्या रामभू तुमच्या समद्यांच्या सोबत.”

दोन गाड्यांत बसून आमच्या गावचे वीस-पंचवीस लोक तान्ह्याबाबाले ठेवायला निघाले. सगळ्यांच्या तोडी एकच विषय होता— तान्ह्याबाबा. मी डोळे मिटून नुस्ताच बसून होतो. बंद डोळ्यांपुढे, मेंढराचे कळप, पाठीवर बकऱ्या-कोंबड्या, खाटा-बाजा, लहानगी पोरं, भांडे-कुंडे आसं बिऱ्हाड घेऊन जाणारे घोडे, मेंढ्यांच्या सोबत दुडक्या चालीनं धावणारे धनगरी कुत्रे, मोठमोठ्या काठापदराचे लुगडे नेसलेल्या, चोळ्या घातलेल्या, कपाळावर भलंमोठं कुंकू लावलेल्या, नाकात मोत्याची वाकडी नथ घातलेल्या अन् हातावर गोंदलेल्या धनगरी बाया, डोक्यात फेटा घातलेले अन् खांद्यावर लांबच लांब बांबू घेऊन मेंढरांना हाकारत जाणारे धनगर— असा एका ठिकाणाहून दुसऱ्या ठिकाणी जाणारा आख्खा धनगरवाडा दिसत होता. पण एका हातानं डोक्यावरचा फेटा सावरत अन दुसऱ्या हातात काठी घेऊन वाड्याच्या पाठीमागून चालणारा वाड्याच्या पाठीराखा तान्ह्याबाबा मात्र दिसत नव्हता.

तान्ह्याबाबा मेल्यावर रामभूनं धनगराची संगत सोडून देल्ही. तो आता धनगरवाड्यावर जात नाही. धनगरांच्या संगतीत राहत नाही. शेतातली आसीच दुसरी सटरफटर कामं करतो. धनगराच्या संगतीशिवाय रामभू एकाकी, उदास अन् केविलवाणा वाटतो.

❒❒

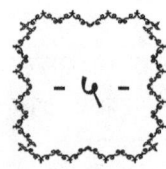

- ५ -

कथोकळी

डामडौलाचं असो नाहीतर नादारीचं, सासुरवासिनीसाठी आपलं माहेर म्हणजे काळीज ओलं ठिकाण असतं. अगदी तसंच बहुधा बहुतेकांसाठी आपलं मातुल आजोळ म्हणजे मामाचं गाव हे काळीज ओलं ठिकाण असतं. विशेषत: मामाच्या गावी बालपणी झालेल्या कोडकौतुकाच्या आठवणीनं काळजाचा एक हळवा कोपरा कायमचा समृद्ध झालेला असतो. पुढे आयुष्याच्या माळावर वास्तवाचं ऊन जेव्हा जिवाला होरपळून काढतं, तेव्हा या समृद्ध आठवणी आभाळसावलीसारख्या जिवाला गारवा देतात. म्हणूनच मामाचा आठवणीतला गाव सर्वांना हवाहवासा वाटतो.

माझ्या मामाचा गाव मराठवाड्यातला. लाड वडगाव. माझा गाव पूर्व खानदेशातला. पोहरी. मराठवाडा आणि पूर्व खानदेशाच्या सीमा एकदुसऱ्याला लागून. ही सीमा आमच्या गावापासून अवघ्या आठ-दहा कि.मी. अंतरावर. जळगाव-औरंगाबाद या राजमार्गावरचे वाकोद हे खानदेशातले शेवटचे, तर फर्दापूर हे मराठवाड्यातले पहिले गाव. मराठवाड्यातील जगप्रसिद्ध अजिंठा लेण्यांत उगम पावणारी व वाकोद-फर्दापूर या दोन गावांच्या दरम्यात या राजमार्गाला ओलांडणारी वाघूर नदी म्हणजे खानदेश व मराठवाडा या दोन विभागांची सीमा-रेषा. मराठवाड्यात प्रवेशताना ही सीमारेषा ओलांडली म्हणजे मोगलाईच्या खुणा-पांढऱ्या रंगाचे, हिरवा गलप (चादर) पांघरलेले दर्गे, फर्दापूर, अजिंठा अशा काही गावांना बांधलेल्या तटबंद्या, दगडात कोरलेल्या मूर्त्यांचे अवशेष ठायी ठायी

नजरेस पडतात. या खुणांवरूनच आपण मराठवाड्यात आल्याची जाणीव होते. पण खऱ्या अर्थानं मराठवाड्यात आल्याचं तेव्हा जाणवतं, जेव्हा आपण दोन-चार उभ्या-आडव्या वळणांचा उंचच उंच अजिंठ्याचा घाट चढून वर जातो आणि घाटाच्या माथ्यावरचं गोड गार वारं अंगाला सुखावतं. मामाच्या गावाला जाताना हा उंच घाट चढून जावं लागतं. म्हणून 'मामाच्या गावाला जायचं' तेव्हा 'घाटावर जायचं' असंच आम्ही म्हणायचो. घाटावरचं देह-मनाला सुखावणारं हे गोड गार वारं हे देखील मामाच्या गावचं एक आकर्षण होतं. उन्हाळ्यात तप्त उन्हानं होरपळणाऱ्या आम्हा खानदेशवासीयांना तर या सुखद गोड गार वाऱ्याचं विशेष अप्रूप.

मामाचा गाव असा हवाहवासा असला, तरी मामाच्या गावाला जायचे योग तसे फारच कमी आले. नकळत्या वयात आईच्या सोबत किती वेळा मामाच्या गावाला गेलो असेन, ते सांगता येणार नाही; पण कळायला लागल्यापासून फार तर तीन-चार वेळाच मी आईच्या सोबत मामाच्या गावाला गेलो. तशीतर आई या ना त्या कारणाने खूप वेळा माहेराला जायची. पण प्रत्येक वेळी आम्हा भावंडांना सोबत न्यायची तिला गरज भासत नसे. कारण वडील आणि आमचे मोठे बाबा असे आम्ही एकत्रच राहायचो. त्यामुळे आई आम्हा भावंडांना घरी ठेवून माहेराला गेली, तरी आमची मोठी आई आमचं सगळं मायेच्या ममतेनं करायची. त्यामुळे आई आम्हा भावंडांना घरी ठेवून माहेरी अगदी पंधरा पंधरा दिवस राहिली, तरी तिला आमची चिंता नसे आणि आम्हाला तिची निकड वाटत नसे. मोठ्या आईला मूल-बाळ नव्हतं म्हणून ती आमचं पोटच्या पोरांसारखं जिव्हाळ्यानं करे. आईसोबत मामाच्या गावाला न जायची ही झाली सोय; पण आईच्यासोबत वरचेवर मामाच्या गावाला जाता न येण्यामागे अडचणीही होत्या. पहिली अडचण आमच्या शाळा. ही अडचण तशी गौण होती. दुसरी महत्त्वाची अडचण होती ती म्हणजे भाड्याचा खर्च. मराठवाडा आमच्याजवळ हाकेच्या अंतरावर असला, तरी मामाचा गाव मात्र आमच्या गावापासून चांगलाच दूर, दीडशे कि.मी. अंतरावर, औरंगाबाद-वैजापूर राजमार्गावर, राजमार्गापासून एक दीड कि. मी. अंतरावर डाव्या बाजूला कन्नड तालुक्यात आहे. एवढ्या लांबच्या अंतराचं एस. टी. चं भाडं तुलनेनं जास्तच होतं. त्यामुळे आम्हा दोघा-तिघा भावंडांना सोबत घेऊन माहेराला जाणं आईला शक्य होत नसे. केवळ शेतीवर अवलंबून असणाऱ्या आम्हा मध्यमवर्गीयांना ही चैन परवडण्याजोगी नव्हती. म्हणून बऱ्याचदा आई आम्हा भावंडांना घरी ठेवून गावातल्या कुणातरी ओळखीच्याच्या

सोबतीनं एकटीच माहेराला जायची. थोडक्यात, मामाच्या गावाला जायची संधी खूपच कमी वेळा मिळाली. म्हणूनही असेल कदाचित, मामाच्या गावच्या आहे त्या आठवणींनं काळजाचा एक कोपरा हळवा बनलाय तो कायमचा.

मामाच्या गावाला शेवटचं गेलो होतो, त्याला आता उणीपुरी वीस वर्षं होताहेत. तेव्हा मामाच्या गावाला गेलो होतो ते मामाला, मामीला आमच्या गावी घेऊन येण्यासाठी. मामा आईचा एकुलता एक भाऊ. त्याला एकच मुलगी होती. मुलगा नव्हता. आमच्यामध्ये मुलीला आत्याघरी सून म्हणून देण्याची रीत. या रीतीनुसार मामाची एकुलती एक मुलगी 'सावि' मला दिलेली. म्हणजे मी मामाचा नुसता भाचा नव्हतो, तर जावईसुद्धा होतो! सात-आठ वर्षांपूर्वीच आमचं लग्न डामडौलात पार पडलेलं होतं. आमच्या लग्नानंतर पाच-सात वर्षं मामा-मामी गावी राहिले. पण नंतर मामाचं गावात लक्ष लागेना. त्यातच मराठवाड्यात एका पाठोपाठ एक असे सलग दुष्काळ पडले. ज्या संत्री-मोसंबीच्या फळबागांच्या जोरावर मामाचा गाव समृद्धीची मिजास मिरवायचा, ती बागायती दुष्काळात उद्ध्वस्त झाली. एके काळी संत्री, मोसंबी, ऊस अशा बागायतानं समृद्ध असलेला मामाच्या गावचा हिरवागार शिवार दुष्काळानं बागायती उद्ध्वस्त झाल्यामुळे बोडका, भकास, उदास झाला. दुष्काळग्रस्त भाग म्हणून शासनानं परिसरात रोजगार हमीची कामं सुरू केली. एके काळी दोन दोन, पाच पाच बिघ्यांत बागायती करून उपजीविका चालवणारे शेतकरी, बायकापोरांसह उपजीविका भागवण्यासाठी रोजगार हमी योजनेच्या कामावर जायला लागले. एके काळी समृद्धीमुळे आनंदानं, उत्साहानं उतू जाणाऱ्या मामाच्या गावचं हे चित्र करुण, दीन, उदासवाणं होतं. साविचं अन् माझं लग्न झाल्यानंतर आधीच मामाचं गावी लक्ष लागेना. त्यात आणखी ही कुटुंबची कुटुंबं उद्ध्वस्त करणारा, देशोधडीला लावणारा जीवघेणा दुष्काळ! मामाचा जीव आणखी उदासला, उबगला. गावचं घर, वावर विकून आमच्या गावी येऊन राहायचं, शेती करायची असं त्यानं ठरवलं. खरंतर या गोष्टीला माझा, साविचा विरोध होता. पण त्या वेळी मामा ऐकण्याच्या मन:स्थितीत नव्हता. त्यानं गावचं शेत अन् घर विकून टाकलं होतं तिथलं सर्व सामान-सुमान, वार-सार इकडे आमच्या गावी आणायची म्हणून मी, सावि आणि आई असे तिघं मामाच्या घरी गेलो होतो. मामाच्या गावी मामाचं हक्काचं घर असतानाचं हे शेवटचंच जाणं. तेव्हा मामाच्या घरी आम्ही चांगले पाच-सात दिवस मुक्कामाला होतो. पण मामाचं हे घर आता कायमचं सुटणार, म्हणून आम्ही सर्वच उदास होतो. आईतर सारखी रडत होती. "माझं

तरी आता काय राहिलं? पण माझी सावि इथून पुढे माहेरच्या सुखाला पारखी होणार.'' या विचाराने तिचे डोळे सारखे भरून येत होते. मामाच्या गावाला चुलत-उलत जिव्हाळ्याचं असं खूप गणगोत होतं, तरी हक्काचं असं घर पारखं झाल्याने आमचा सर्वांचाच जीव कासावीस होत होता. आम्ही कशीतरी मनाची समजूत घालत होतो. सोबत न्यावयाच्या सामानाची बांधाबांध करत होतो. कपडेलत्ते, डबे-डुबे, खाटा-बाजा, घरातल्या सामानाची बांधाबांध होत होती. भरलेलं घवघवं घर हळूहळू रिकामं रिकामं होत होतं. मनाला आणखी उदासी येत होती. मन कितीही घट्ट केलं, तरी डोळे अधूनमधून पाझरत होते. अखेर मामाचं गाव, मामाचं घर कायमचं सोडून जाण्याचा दिवस उगवला. त्या दिवशी आईचं जिव्हाळ्याचं सर्व गणगोत निरोप द्यायला मामाच्या घरी जमा झालं. रक्ताचं नातं नसलेले शेजारीपाजारी देखील जमा झाले. आई एकेकीच्या गळ्यात पडून रडत होती. ''माझी सावि आता कायमची माहेरच्या सुखाला अंतरली.'' असं म्हणत हंबरत होती. आईचं असं हंबरणं ऐकून आमची एक चुलतमामी तिचं सांत्वन करत अन् तिची समजूत घालत म्हणाली,

''आस काहून म्हनता बाई? आम्ही सगळे नही कां इठी? आखाजी-दिवाळीले मी आनत जाईन साविला माझ्या घरी माहेरपनाला.''

मामीच्या त्या बोलण्यानं आईचं मन भरून आलं. भारावल्यासारखी आई म्हणाली, ''भाभी, तुम्हीनं एवढं म्हनलं हेसुद्धा माझ्यासाठी खूप झालं. मले खात्री आहे, साविले कधी मधी इठी याच काम पडलं तं तुम्ही आंतर देन्हार नही.''

सावि आयाबायांच्या प्रेमाच्या वर्षावात नुसती बावरून गेली होती. जी ती बाई साविला जवळ घेऊन तिचे पटापट मुके घेत होती, तिच्या डोक्यावरून, पाठीवरून हात फिरवत होती. तिची समजूत घालत तिला सांगत होती, ''जा. बाई सये, उगाच मनाला खाऊ नको. तुझी सासू काय परकी नाही. आत्याच तर हाये. अन् नवरा तरी कुठं परका? लहापनपणापासून खेळली की तू त्याच्यात. अन् कधी मन करल इथं यायला तर बिनघोर ये, बापाचं घर नाही, कशी जाऊ आस म्हनू नको. आमची साऱ्यांची घरं आहेती की इथं.'' सावि नुसतीच 'हा' 'हू' करत होती. नव्या साडीच्या पदरानं डोळ्याच्या ओलावल्या कडा पुसत होती. हे सर्व निरोपणं अनुभवताना माझंही काळीज पाझरायला लागलं होतं. पण एवढ्या सर्वांसमोर उघडपणे आसू गाळायला संकोच वाटत होता. म्हणून मग मी लांब जाऊन उभा राहिलो आणि डोळ्यांत कचरा गेल्याचं निमित्त करून डोळ्याच्या ओलावल्या कडा कोरड्या केल्या. पण जेव्हा आम्ही एस. टी. त बसलो अन

एस. टी. नं मामाचा गाव सोडला, तेव्हा मात्र माझे डोळे घळाघळा पाझरायला लागले. आता मात्र मी आसवांना मुक्त वाट करून दिली. आपण रडतोय हे कुणाच्या लक्षात येऊ नये म्हणून मी खिडकीतून बाहेर पाहत मामाच्या गावाचा निसर्ग, शिवार आसूभरल्या धूसर नजरेनं काळजात साठवत होतो. मामाच्या गावाहून आल्यावर त्यानंतर तब्बल वीस वर्षं मी मामाच्या गावाला गेलोच नाही.

आज तब्बल वीस वर्षांनंतर एका जवळच्या लग्नाच्या निमित्तानं मी मामाच्या गावाला जातोय. गेल्या वीस वर्षांत किती ऋतू आले नि गेले; पण मामाच्या गावाला जायचा ऋतू कधी आला नाही. सावि आणि आई कधीमधी या ना त्या कारणाने जाऊन आल्या पण मी मात्र कधीच गेलो नाही. आता वीस वर्षांनंतर मामाच्या गावाला जायच्या नुसत्या कल्पनेनंच मन कसं सैरभैर झालं. मामाच्या गावच्या आठवणींनी मनात एकच गर्दी केली. मामाच्या गावाला जाण्यासाठी मी एस. टी. त बसलोय. कधी खिडकीतून बाहेर पाहत भवतीच्या निसर्गात हरवतोय, तर कधी मामाच्या गावच्या आठवणीत हरवतोय.

तेव्हा मी खूपच लहान होतो. आईच्या कडेवर बसून आईच्या पायानेच चालायचो. वय काही कळतं काही नकळतं. त्या वेळचं आठवतं ते एवढंच, आम्ही औरंगाबादच्या रस्त्याच्या कडेला एका मोठ्या इमारतीच्या सावलीत उभे आहोत. मी आईच्या कडेवर अन् सोबत मामा. मामाच्या हातात पिशवी. पिशवीत कपडे, तांब्या- भांडे असंच काहीतरी. त्या वेळच्या आठवणीतलं फक्त एवढंच. पण आता कळायला लागल्यावर त्या आठवणीमागचं कारुण्य जाणवतं. त्या वेळची मामाच्या आणि आईच्या तोंडावरची हतबलता, उदासी आणि केविलवाणेपण काळजाला स्पर्शून जातं. तेव्हा माझी एकुलती एक मावशी औरंगाबादच्या दवाखान्यात उपचार घेत होती. बहुधा घाटीच्या दवाखान्यात. मावशी विधवा होती. तिचं सासर आमच्या खानदेशातलंच. विधवा असल्यानं तिच्या आजाराची सर्व जबाबदारी मामावरच येऊन पडली होती. मामा त्याच्या परीनं तिच्या आजारावर उपचार करवून घेत होता. आपल्या घरी आणून त्यानं मावशीला उपचारासाठी घाटीच्या दवाखान्यात दाखल केलं होतं. पण तिला बहुधा 'कॅन्सर' झाला होता. त्यामुळे सर्व उपचार निरर्थक होते. मावशीचा त्या दुखण्यात अर्थातच स्वर्गवास झाला.

गाडीनं फर्दापूर मागे टाकलं अन् एक दीर्घ वळण घेऊन गाडी अजिंठ्याचा घाट चढायला लागली. तसा जुन्या आठवणीतून बाहेर येत मी अजिंठ्याच्या डोंगरदऱ्यांत हरवलो. एका बाजूला उंच विशाल डोंगराचे भव्य माथे नजरेत भरत

होते. खाली दरीत डोंगराच्या पायथ्याशी सारीपाटावरच्या चौकोनासारखी शेतं मनाला मोहून घेत होती. अजिंठ्याचा घाट चढताना नजरेत भरणारी डोंगराची भव्य विशालता आणि दऱ्याचं खोल गहिरेपण काळजात साठवताना, बोधिवृक्षाखाली आत्मज्ञानाची प्राप्ती झाल्यानंतरच्या गौतम बुद्धाची भव्य विशालता आणि शांत अर्धमिटल्या डोळ्यांतील गहिरेपण माझ्या काळजाला स्पर्शून गेलं. क्षणभर मनानेच मी शेजारच्या अजिंठा लेण्यात गेलो.

अजिंठ्याची लेणी म्हणजे पृथ्वीवरचा स्वर्ग. भूमातेचं लेणं. धरणीमातेच्या अंगावरचा नाजूक हातांनी कलाकुसर केलेला किमती अलंकार. 'भव्य दिव्य' हे अजिंठा लेण्यांचं एक सार्थ विशेषण. पद्मपाणी बुद्ध, 'टायलट सीन', 'फ्लाइंग अप्सराज' अशी काही चित्रे म्हणजे या लेण्यांचं वैभव. वेगवेगळ्या तीन कोनांतून, करुण, स्मित हास्य, शांत असे वेगवेगळे तीन भाव साकारणारं गौतम बुद्धाचं भव्य शिल्प पाहणाराला चकित करतं. पण या सर्वांपेक्षा मला मोहित करतं ते गौतम बुद्धाची भव्यता, विशालता अधोरेखित करणारं चित्र. बोधिवृक्षाखाली आत्मज्ञानाची प्राप्ती झाल्यानंतरच्या काळात गौतम बुद्ध भिक्षापात्र हातात घेऊन भिक्षा मागत मागत एक दिवस आपल्याच घराच्या दारापुढे भिक्षा मागायला येतो. हातात भिक्षापात्र घेऊन गौतम बुद्ध अंगणात उभा आहे. घराच्या दरवाजात उभी राहून पत्नी यशोधरा त्याला भिक्षा वाढते आहे आणि तिच्या शेजारी मुलगा राहुल उभा आहे, असं एक सुंदर चित्र अजिंठा लेण्यांत भिंतीवर चितारलं आहे. या चित्राचं वैशिष्ट्य म्हणजे या चित्रात गौतम बुद्ध उंच, भव्य, विशाल दाखवला आहे. त्या तुलनेत यशोधरा व राहुल खूपच लहान, खुजे दाखविले आहेत. गौतम बुद्धाची भव्यता व दिव्यता हे चित्र पाहून चटकन डोळ्यात भरते, पर्वताच्या विशालतेसारखी. विशाल अशा अजिंठ्याच्या डोंगरात कोरलेल्या या दिव्य लेण्यांची भव्यता खरोखर अचंबित करणारी आहे. या विशाल लेण्यांच्या पार्श्वभूमीवर लेण्यांत येणारी माणसं खूपच खुजी दिसतात. व्ह्यू पॉइंटवरून लेण्यांकडे दृष्टिक्षेप टाकल्यास हा फरक चटकन जाणवतो. ही कल्पना मी माझ्या एका कवितेत मांडली आहे. ती कविता मला सहज आठवून गेली.

बंद डोळ्यांत बुद्धाच्या
बंद तेज शांतीचे
डोळे भिडता डोळ्याला
तट कोसळले हिंसेचे
कुणी साकारले रूप पत्थरात मानवता

किती खुजा वाटतो माणूस
लेण्यात अजिंठ्याच्या

विशाल डोंगरमाथे, गहिऱ्या खोल दऱ्या, दूरवर पसरलेली वनराई अन अजिंठा लेण्यांतील गौतम बुद्धाची चित्रं, शिल्पे यांत मी पुरता हरवून गेलो. घाट संपवून बस पठारावर आली, तशी गार वाऱ्याची शीतल झुळूक अंगाला स्पर्शून गेली. क्षणभर काया थरथरली. मी भानावर आलो. पायथ्याशी असलेला जिवाला घुसमटवणारा कोमट वारा अन् घाटाच्या माथ्यावरचा देहामनाला सुखावणारा गार वारा यांच्यातला फरक चटकन जाणवला. मामाच्या गावचा वाराही असाच थंडगार. देहाला, मनाला सुखावणारा. गार वाऱ्याच्या झुळकीसोबत मी मनाने मामाच्या गावाला गेलो.

त्या वेळी आम्ही तिघं भावंडं- मी, मोठा भाऊ व मोठी बहीण- आईसोबत मामाच्या गावाला गेलो होतो. मी फारतर दुसऱ्या-तिसऱ्या वर्गात असेन. दिवाळीची सुट्टी होती बहुधा. मामाच्या गावची हवा आधीच गार. त्यात हिवाळा. त्यामुळे हवेत चांगलाच गारठा. पण आम्हाला तो सुखावह वाटायचा. त्या गार गार गारव्यात हुंदडायला आम्हाला कोण उत्साह यायचा! किती मौज वाटायची! मामाचं घर धाबलीचं होतं. स्वयंपाकघर, स्वयंपाकघराला लागूनच न्हाणी. एक झोपावयाची खोली आणि समोरच्या बाजूला उठण्याबसण्यासाठी ऐसपैस बैठक. जेवण स्वयंपाकघरातच होतं. सटरफटर सामान झोपण्याच्या खोलीत असे. याशिवाय पाठीमागच्या बाजूला मोकळा वाडा. वाड्यात बैल, बकऱ्या बांधत, सरपण-गोवऱ्या ठेवत. बैठकीच्या पुढच्या बाजूला मोठा ओटा होता. हा ओटा म्हणजे आमचं खेळायचं मैदानच होतं. शिवाय मामाच्या घराला लागूनच असलेली चुलतमामांची (राघवमामा, वासूमामा) घरं आणि मामाच्या घरासमोरच्या गल्लीतला मोठा चौक आम्हाला हुंदडायला खुला होता. तेथे सकाळ-संध्याकाळ आम्ही लपाछपी, आबाधुबी खेळत असू. संध्याकाळी गावातली गुरं ढोरं, बकऱ्या-मेंढ्या घरासमोरच्या चौकातूनच जायची. बकऱ्या- मेंढ्यांना अडवून त्यांचं थान पिळण्यात अन् दुधाच्या पांढऱ्याशुभ्र धारा अंगातोंडावर उडवून घेण्यात आम्हाला मौज वाटायची. मामाच्या घरीही पाच-सात बकऱ्या होत्या. बकऱ्या रानात चरायला गेल्या म्हणजे बेढे खाऊन यायच्या. घरी बागूल करताना बेढ्यावरचा मऊ गर खाऊन टणक असे पिवळेधमक बेढे तोंडातून ओघळून टाकायच्या. ते बेढे जमा करून फोडून आम्ही आवडीने बदामासारखे खायचो. मामाच्या घरच्या बकऱ्या म्हणजे आमच्या आजोबांचं स्वतंत्र जगच होतं.

आमचे आजोबा म्हणजे टिपिकल मध्यमवर्गीय आजोबा होते. पाच-सव्वा पाच फूट उंचीची ठेंगणी मूर्ती. डोक्यावर लाल पागोटं अन् त्यावर पांढरं उपरणं, अंगात दोन-चार खिसे असलेली बांडीस अन् गुडघ्याच्या उगंच काही-बाही खाली आलेलं दोनकाष्टी धोतर. आजोबांना जेव्हा आम्ही पाहत होतो, तेव्हा त्यांच्या मुखात दात नव्हते. ओठावर ओठापर्यंत कापलेल्या दाट पांढऱ्याशुभ्र मिशा. आम्हा नातवंडांना लाडवताना आजोबा जेव्हा आमचा मुका घेत, तेव्हा त्यांच्या मिशा गालाला टोचत असत. म्हणून आजोबांकडून लाडावून घ्यायला आम्ही भावंडं नाराज असायचो. आजोबा रोज सकाळी लवकर उठायचे. बकऱ्यांचा गोठा साफ करून झाला म्हणजे बकऱ्यांचं दूध काढायचे. अंघोळ करून मग न्याहरी करायचे. न्याहरीसाठी शाळूची पांढरीशुभ्र भाकर, कधी ताजी कधी शिळी अन् बकरीचं ताजं ताजं घट्ट दूध. भाकर शिळी असली, तर आजोबा तिला निखाऱ्यावर भाजून घेत. अशा वेळी तिचा खरपूस वास घरभर दरवळे. न्याहरी झाल्यावर आजोबा एक लांब काठी हातात घेऊन पाच- सात बकऱ्यांना रानात चारायला घेऊन जात, ते संध्याकाळी बकऱ्यांना चारून घरी येत. शाळूची भाकर आणि बकरीचं दूध यांमुळे त्यांची तब्बेत काटक होती. बारा महिने तेरा काळ बकऱ्या चारण्याचं काम त्यांच्या पाठीशी असे; म्हणून आजोबा सहसा बाहेरगावी इकडेतिकडे फिरत नसत. शेवटचे आमच्या घरी आले, तेव्हा मात्र आजोबा आमच्याकडे चांगले आठ-दहा दिवस मुक्कामाला होते. आमच्या खानदेशात पाहुण्याला बहुधा मटणाचं जेवण पाहुणचार म्हणून करतात. जिथेतिथे मटणाच्या जेवणाचा पाहुणचार पाहून आजोबांना जरा नवल वाटलं. आजोबा एक दिवस आईला म्हणालेच,

"का ग नानू (आईचं नाव खरंतर कौसल्या. पण माहेरची माणसं तिला नानी, नानू असंच संबोधत.), कसा गं तुमचा हा खानदेश? जिकडे पाहा तिकडे शागुतीचं खारंच जेवण. पुरणपोळीचं गोड जेवण नाहीच." त्यावर हसून आई म्हणायची, "आमच्या खानदेशी लोकांना खारंच जेवण आवडतं बाबा. पुरणपोळी इकडचे लोक मोठ्या जुल्मानं खातात." त्यावर आजोबा म्हणायचे, "म्हणूनच तुमची खानदेशी माणसं तापट असतात गं बया. आधीच ऊन तापतं इकडे रणरण, त्यात खाणं हे आसं गरम. कसा सभाव शांत राहील?" आजोबांच्या या बोलण्यावरही आई नुसतीच हसायची. पण खरंच आजोबांच्या म्हणण्यात काही तथ्य नाही. असं कसं म्हणता येईल? खानदेशातली माणसं खरंच रागीट, तापट स्वभावाची असतात. त्यांचं सामान्य बोलणंही राकट,

रागावून बोलल्यासारखं वाटतं. उलट, मराठवाड्यातली बोली किती मृदू, मुलायम, गोड वाटते!

आठ-दहा दिवसाचा मुक्काम करून आजोबा घरी गेले. त्यानंतर चार-सहा महिन्यांचीच आजोबांचा स्वर्गवास झाल्याचा निरोप आला. आई आणि बाबा तातडीने आजोबांना ठेवायला गेले. आम्ही भावंडं घरीच होतो. तरी आजोबांच्या आठवणीनं डोळे पाणावलेच.

एस. टी. वेगाने पुढे जात होती. गार वारा अंगाला सुखावत होता. आजूबाजूचं शिवार, शिवारातले मोठमोठे आम्रवृक्ष, त्यांची घनदाट सावली मनाला भुलवत होती. मामाच्या मळ्यातही अशीच गर्दगार सावली. पण आंब्याची नाही, चिंचेची. मामाच्या मळ्यात विहिरीच्या जवळपास मोठं चिंचेचं झाड होतं. त्याची ऐसपैस सावली आम्हाला खेळायला पुरून उरायची. सकाळसंध्याकाळ आम्ही मामाच्या घरी गावातच हुंदडायचो. पण दुपार मात्र आमची बहुधा मळ्यातच जायची. सकाळी अंघोळ-न्याहरी करून आजोबा बकऱ्या चारायला घेऊन जायचे. मामाही लवकरच बैलजोडी-गाडी घेऊन मळ्याला मोटेचं पाणी भरायला जायचे. मग घरातलं सर्व घरकाम, स्वयंपाकपाणी आवरून मामी नंतर दुपारची जेवण घेऊन मळ्यात जायची. त्यामुळे सकाळी तिची एकच धांदल उडायची. सुट्टी म्हटली की सहसा आम्ही नवाच्या आधी कधी अंघोळ करत नसू. पण मामाच्या गावाला मात्र सकाळीच अंघोळ करावी लागे. अंघोळी झाल्यावर मामीचा कामधंदा, स्वयंपाकपाणी आटोपेपर्यंत आम्ही कधी ऊबदार ऊन अंगावर घेत बसून राहायचो, तर कधी दंगामस्ती करायचो. घरचं सर्व आवरून मामी शेतात जायला निघाली, म्हणजे आम्ही सर्व तिच्यासोबत शेतात जायचो. आई घरीच असायची. तिला गावात गणगोतांच्या भेटी घ्यायच्या असत. मामाचं गाव म्हणजे तिचं माहेरच. तिथे गावभर तिचं गणगोत होतं. त्यामुळे भेटीगाठीसाठी तिला दिवसचे दिवस पुरायचे नाहीत. आमचं लचांड मागे नसलं म्हणजे तिला निवांत बसून पोटभर गप्पा मारता येत. म्हणून ती आम्हाला मामीसोबत शेतात जाऊ द्यायची. आम्हालासुद्धा ते हवंच असे.

मामाच्या गावची शेती म्हणजे नुसती बहार होती. संत्री-मोसंबीच्या बागा, उसाचे मळे आणि दूरवर पसरलेली वाऱ्यावर झुलणारी हिरवीगार शाळू. हे सर्व मामाच्या गावचं वैभव होतं. गोडवा असलेली मृदू मुलायम बोली, देहामनाला सुखावणारी गार हवा आणि या संत्री-मोसंबीच्या बागा म्हणजे मामाच्या गावाची

तीन लक्षणीय वैशिष्ट्यं. मामाचा गाव म्हणजे संत्री-मोसंबीच्या बागांचा गाव असंच आम्ही म्हणत असू. एवढीशी जमीन. त्यात दोन-तीनशेच मोसंबीची झाडं; पण तेवढ्यावरच सर्व कुटुंबाचा चरितार्थ चालत असे. मामाच्या गावाचं हवामान संत्री-मोसंबीला खूप मानवायचं. वर्षातून दोन वेळा मोसंबीला 'बहार' यायचा. एक 'मिरग्या बहार' दुसरा 'आंब्या बहार'. दोन्ही बहाराचे रग्गड पैसे मिळायचे. त्यामुळे मामाचा गाव सुखी होता, समृद्ध होता.

मामाच्या मळ्याचा रस्ता पांधीचा होता. पांधीच्या वाटेनं आम्ही मुलं पुढे पळत असू. मामी डोक्यावर चुंबळ-पाटी घेऊन थोड्या अंतरानं मागून येत राही. पांधीच्या वाटेवर दुतर्फा हिरवीगार शेतं, बागा. उसाचा मळा मी पहिल्यांदा मामाच्या गावाला पाहिला. उसाचे पांढरेशुभ्र रेशमासारखे मऊ तुरे माझ्या मनाला भुरळ घालत. मी त्यांच्याकडे कुतूहलाने पाहत राहायचो. वाऱ्यावर झुलणारा तुऱ्यावर आलेला उसाचा मळा म्हणजे एक प्रकारचं मोहक दृश्य संगीतच असतं. त्या काळी आताच्यासारखे साखरकारखाने नव्हते. म्हणून शेतातच गुऱ्हाळ लावून गूळ तयार करत. मामाच्या गावाला गेलो असताना अशा एका गुऱ्हाळावरही आम्ही गेलो होतो. चुलीवर ठेवलेल्या मोठमोठ्या कढया, त्यांखाली धगधगणारा जाळ, आजूबाजूला उसाचे प्रचंड ढीग पडलेले आणि लाल, पिवळे, निळे फेटे बांधून आरडाओरडा करत काहीबाही कामं करणारी माणसं असं एक अंधूक चित्र गुऱ्हाळाच्या संदर्भात माझ्या मनात कोरलं गेलं आहे, ते अजूनही तसंच कायम आहे. आता मराठवाड्यातही गुऱ्हाळं दुर्मीळ झाली. आमच्या खानदेशात तर मुळातच उसाचे मळे कमी असल्याने गुऱ्हाळ अपवादानेच पाहायला मिळे. आमच्या खानदेशात मी अजून एकही गुऱ्हाळ पाहिलेलं नाही. म्हणूनच उसाचा मळा, गुऱ्हाळ यांचं मला खूपच कौतुक वाटे.

मळ्यात मामा मोट हाणायचा. मामाच्या मोटेचा, काळ्या रंगाचा, खालच्या बाजूला शिंगं वाढलेला होंडा बैल अजूनही माझ्या चांगला स्मरणात आहे. घाटावरची मोट हाकण्याची पद्धतही आमच्या खानदेशातल्या मोट हाकण्याच्या पद्धतीच्या अगदी उलट. आमच्याकडे भरलेली मोट विहिरीतून वर येताना मोटकरी मोटेवर बसायचा, तर तिकडे रिकामी मोट वरून विहिरीत खाली जाताना मोटकरी मोटेवर बसतात. या गोष्टीचीही तेव्हा गंमत वाटायची. मोटेचं पाणी दांडातून कसं दमानं झुळझुळ वाहतं. झाडं निचिंतीनं घोट घोट पाणी पितात. पाणी पिऊन तृप्त होऊन वाऱ्याच्या झुळकीवर मंद सळसळतात. मामाच्या मळ्यातली मोसंबीची झाडं डेरेदार वाढली होती. थेट एकदुसऱ्याला

भिडली होती. त्यामुळे मोसंबीच्या बागांत सर्वदूर सावली पसरलेली दिसे. अधूनमधून इथेतिथे फक्त उन्हाचे कवडसे. वाऱ्यानं झाडांच्या फांद्या हलल्या, म्हणजे हे उन्हाचे कवडसेही हालत. ऊनसावलीचा तो खेळ पाहण्यातही आमचा कितीतरी वेळ जायचा. मंद वारा, झुळझुळ पाणी, संत्री-मोसंबीच्या बागा, उसाचे मळे, मोटकऱ्यांच्या ललकाऱ्या अशा उत्साही वातावरणात भटकताना-हुंदडताना दिवस कुठे कसा जायचा ते कळतही नसे. मामीला घरी संध्याकाळचे स्वयंपाक-पाणी करावे लागे. कारण ती एकटीच होती. म्हणून मामी दिवस मावळायच्या जरा आधीच मळ्यातून घराकडे निघायची. त्यामुळे मनात नसलं तरी आम्हालाही मामीसोबत मळ्यातून घरी यावंच लागे. घरी आल्यावर संध्याकाळी आम्ही पुन्हा हुंदडत असू. दिवस मावळल्यावर अंधार पडला म्हणजे ओट्यावर बाज टाकून तिच्यावर बसून आम्ही अंगतपंगत जेवण करत असू. जेवण झाल्यावर अंगावर जाड जाड वाकळी पांघरून राजा-राणीच्या, भुताखेताच्या गप्पा करत आभाळातल्या चांदण्यांची मौज पाहत ओट्यावरच झोपत असू.

आईची आई म्हणजे आमची सख्खी आजी मला आठवत नाही. माझ्या जन्माच्या आधीच बहुधा ती स्वर्गवासी झाली. पण आईची चुलती मात्र मला चांगली कळते. मोठ्या काठाच्या गर्द रंगाच्या चोळ्या ती घालायची आणि तसेच मोठ्या काठाचे गर्द रंगाचे लुगडे नेसायची. कपाळावर भलंमोठं कुंकू. हातात बांगड्यांसोबत गोल पाटल्या अन् दंडातही चांदीचं भलंजड कडं. या आजीचं बोलीतलं लयदार मृदू बोलणं ऐकतच राहावंसं वाटे. खूपच प्रेमळ आजी. तिच्या प्रेमाच्या वर्षावात गुदमरायला व्हायचं. आई आणि ती तासन् तास बोलत बसायची. आम्ही तिचं बोलणं चित्त भरून ऐकायचो. मी त्यांच्याजवळ गप्पा ऐकत बसलो म्हणजे आजी मधूनच मुद्दामहून माझ्या सोयरीकीचा विषय काढायची. 'सावि' मामाची एकुलती एक पोर. आमच्यामध्ये आत्याघरी मुलगी सून म्हणून देण्याचा प्रघात. माझ्या मोठ्या भावाची सोयरीक आधीच झालेली. म्हणून मग 'सावि' अर्थातच माझ्या वाट्यावर आलेली. खरंतर सावि माझ्यापेक्षा दोन-पाच वर्षांनी लहानच होती. पण ती मामाची एकुलती एक मुलगी, म्हणून लाडाकोडात वाढलेली. उफाड्या अंगाची, दुह्याऱ्या हाडाची. उलट, मी तब्बेतीनं किरकोळ होतो. त्यामुळे साविच्या तुलनेत खूपच लहान अन् किरकोळ वाटायचो. म्हणून आजी मला चिडवायची. आईला म्हणायची, "नानू, तुझ्या ह्या पोराला काही चांगलंचुंगलं खाऊ घाल ना गं! आगं ते लईच बारकं दिसतं ना माझ्या सावि पुढे. त्वा काही म्हण बया, तुझ्या ह्या पोराला मोठीच व्हयीन बघ

माझी सावि.''

त्यावर आई म्हणे, ''त्वा कशाला काळजी करती आई? आगं माझं पोरगं मोठं आहे की तिच्यापेक्षा दोन-पाच वर्सानं. आता आंगापिंडानं पोरगी दिसती जरा मोठी; पण शेवटी वयात आल्यावर काय, माझं पोरगं माणसासारखं माणूस व्हयीन अन तुझी नात बाईसारखी बाई.''

मग मला चिडवत आजी म्हणे, ''का रे लेकरा, करतू ना माझ्या सावि-संग लगन तुला कुठल्याबी कामाला घ्यायची नही ती. लाडाकोडात वाढलेली एकुलती एक नात हाय माझी सावि.''

आजीच्या अशा बोलण्यावर मी नुसताच लाजायचो. आईच्या पाठीमागे दडायचो. आमच्या सोयरीकसंबंधावरून अधूनमधून आम्हाला असंच चिडवत. सावि तुलनेनं अजाण होती. त्यामुळे लग्नाचा विषय निघाला, तरी ती लाजायची नाही. उलट, फुटाण्यासारखी बोलायची. आजी तिला विचारायची, ''का गं सावि, करती ना आत्याच्या ह्या पोरासंगट लगन? पसंत हाय का नाय तुला ह्यो नवरा?''

त्यावर सावि धिटाईनं म्हणायची, ''नुसत्या पसंतीला काय करती? मला घालाया कल्डे, तोडे, गोल पाटल्या, दंडोळ्या-मासोळ्या नको का? शालू पाह्यजे नेसाया आणि एकदानी, झुबे बी पाह्यजे. सारं घेतलं आत्यानं तर करीन मी आत्याच्या पोरासंगट लगन, नाही तर नाही.''

साविच्या या बोलण्यावर सारे कवतुकानं हसायचे.

साविचं अन् माझं असं नवरा-बायकोचं नातं लावलं असल्यानं आम्ही दोघं एकदुसऱ्याशी बोलायला लाजायचो. त्यामुळे सावि सख्ख्या मामाची मुलगी असूनही लग्नाच्या आधी आम्हाला एकमेकांत चांगलं मिसळता आलं नाही, एक दुसऱ्याला जाणून घेता आलं नाही. अर्थात त्यामुळे आमचं काही अडलं नाही की बिघडलं नाही. लग्नानंतर आमचं सूत एकमेकांशी छान जुळलं. सावि समिंदर मनाची. तिनं आमच्या घरी खूप सोसलं, पराकोटीचं असह्य असं सहन केलं.

मामाला पुढे तीन-चार वर्षं सलग येणाऱ्या दुष्काळाची चाहूल लागली होती की काय कोण जाणे! मामानं आमच्या लग्नाची खूपच घाई केली. खरंतर ते आमचं लग्नाचं वय नव्हतंच मुळी. त्या वेळी मी १० वी शिकत होतो. असेन १६-१७ वर्षाचा. सावि तर सहाव्याच वर्गात होती. ती असेल फारतर १२-१३ वर्षांची. एवढ्या लहान वयात लग्न करायला माझा आणि माझ्या घरच्यांचाही सक्त विरोध होता. पण लग्न याच वर्षी झालं पाहिजे, असा मामाचा आग्रह.

त्याला कारणही तसंच होतं. मामानं दिवाळीपासूनच मुलीच्या लग्नाची तयारी सुरू केली होती. लग्नाच्या पंगतीसाठी गहू, तांदूळ, डाळ, तूप यांची खरेदी करून ठेवली होती. या वर्षी मुलीचं लग्न आहे, असं तो गावभर अन् गावोगावी नातेवाईकांत सांगत सुटला होता. आता या वर्षी लग्न झालं नाही, तर लोकं नाव ठेवतील, लग्न झालं नाही म्हणून वेगवेगळे तर्क काढतील, 'देण्याघेण्यावरून भावाबहिणीचं फाटलं म्हणून लग्न झालं नाही, मुलाला मुलगी पसंत नाही, म्हणून लग्न झालं नाही,' या सगळ्याची मामाला भीती वाटत होती आणि म्हणून या वर्षीच लग्न झालं पाहिजे असा त्याचा अट्टाहास होता. दिवाळी झाल्यावर तो आमच्या घरी सारखा चकरा मारत होता. माझा आणि घरच्यांचा लग्नाला विरोध कायम होता. त्यामुळे मामा कासावीस होत होता. त्यातच आमच्या एका चुलतमामानं आमचा लग्नाला विरोध आहे हे पाहून वेगळाच कुटिल घाट घातला. तो मामाला म्हणाला, "ते नाही म्हनता तं कह्याला त्यांच्या एवढ्या मिनत्या करतु? तुला ह्या वर्षीच व्हाया पाह्यजे ना पोरीचं लगन? मग माझ्या बहिनीच्या पोराला दे की तुझी पोरगी! आत्ता ह्या मह्यान्यातच उडवून टाकू लगनाचा बार."

चुलतमामाचं ते बोलणं ऐकल्यावर मामाचं माथं पार भडकलं. "तू असा बोललासच कसा?" असं म्हणून मामानं त्या चुलतमामाशी तुंबळ भांडण केलं. तिरीमिरीतच तो आमच्या घरी आला. झालेली सर्व हकीगत आईजवळ सांगून मुळुमुळु रडायला लागला. भावाला असं केविलवाणं होऊन रडताना पाहून आईही रडायला लागली. त्या दोघांना असं केविलवाणं रडताना पाहून घरच्यांचा विरोध मावळला. माझा विरोध कायम होता. पण अखेर माझा विरोध दुर्लक्षित करून त्या वर्षीच माझं लग्न ठरलं. मामाच्या मनावरचा ताण सैल झाला. तो उत्साहाने लग्नाची पुढची तयारी करायला घरी गेला.

अखेर त्या वर्षीच आमचा लग्नसोहळा मोठ्या थाटामाटात पार पडला. मामाचा उत्साह ओसंडून वाहत होता. त्यानं आम्हा दोघांची दोन वेगवेगळ्या घोड्यांवर बसवून, 'बिनोरी' काढली. पायघड्या घालून आम्हा दोघांना गावभर मिरवलं. मामाचा सगळा गाव आमच्या लग्नात उत्साहाने सहभागी झाला होता. मामाचा गाव आमच्या गावापासून चांगला दीडशे कि. मी. अंतरावर. प्रवासाच्या त्या काळी विशेष सुविधा नव्हत्या, तरी आमच्या सोबत लग्नाला गावाहून दीड- दोनशे वऱ्हाड आलं होतं. एवढ्याशा वऱ्हाडानंच मामाचं छोटंसं गाव गजबजून गेलं. पाहुणचार, गप्पाटप्पा अन् पत्ते. तीन दिवस खानदेशी वऱ्हाडाची मामाच्या गावी धूमधमाल होती. मामाचा गाव औरंगाबाद-वैजापूर हायवेपासून

आत चांगला दोन-अडीच कि. मी. अंतरावर. वाहनाची या रस्त्यावर सोय नाही. हायवेपासून गावी किंवा गावापासून हायवेला यायचं, तर पायी किंवा बैलगाडीनेच प्रवास करावा लागे. लग्नपरतीच्या वेळी आता एवढं मोठं हे वऱ्हाड हायवेपर्यंत जायचं कसं, म्हणून आईला मोठी चिंता होती. पण लग्न 'वाटी' लावायच्या वेळीला वऱ्हाडाला हायवेपर्यंत पोचवण्यासाठी गावातल्या आठ-दहा बैलगाड्या मामाच्या दाराशी येऊन उभ्या राह्यल्या. नवरदेव-नवरीसाठी खास सजवलेली 'तट्ट्याची गाडी' होती. बैलगाड्यांमध्ये बसून वऱ्हाडपरतीचा तो आनंदसोहळाही प्रेक्षणीय होता. उत्साहात संपन्न झालेल्या आनंददायी लग्नसोहळ्याचा आनंद मला मात्र पुरेसा आणि मनाजोगा उपभोगता आला नाही. कारण एवढ्या लवकर लग्न करायला माझा विरोध असूनही मला जबरदस्तीने बोहल्यावर बसवण्यात आलं होतं आणि म्हणून मी मनातून नाराज होतो.

आमच्या लग्नानंतर सलग दोन-चार वर्षं मामाच्या गावाला दुष्काळ पडला. एकोणावीसशे बहात्तर सालच्या दुष्काळात तर उभा महाराष्ट्र होरपळून निघाला. सततच्या दुष्काळामुळे मामाच्या गावची बागायती सुकून गेली, हिरवळ करपली. दुष्काळाने आख्खा गाव उद्ध्वस्त झाला. माणसं उदासली. संसार मोडून पडले. जगण्याचा जणू उबग आला. दुष्काळाचे चटके सोसत माणसं आला दिवस पार करत होती. मामा आणखी दोन-चार वर्ष तिथे राहिला. मग तिथली शेती, घर विकून आमच्या गावी आला. आणखी एक चुलतमामा आमच्या खानदेशातच बहिणीच्या गावी गेला, तर दुसऱ्या एका चुलतमामानं मामेभावाच्या गावी जाऊन वास्तव्य केलं. एके काळी समृद्धीनं ओसंडणाऱ्या मामाच्या गावाची सततच्या दुष्काळानं पार रया गेली. मामाच्या गावाची ती अवस्था केवळ ऐकूनच काळीज पार विदीर्ण झालं. मामा गाव सोडून आमच्याकडेच आल्यानं पुढे मामाच्या गावी जाण्याचे योग जवळजवळ बरेच दिवस आलेच नाहीत. आई, सावि या ना त्या कारणाने जात येत असे. मी मात्र लग्नानंतर मामाच्या गावी दोनच वेळा गेलो. एकदा कुलदैवतांच्या दर्शनासाठी आणि एकदा मामा घरदार, जमीनजुमला विकून इकडे आमच्या गावी आला तेव्हा. मी जरी तिकडे मामाच्या गावी जात नव्हतो, तरी मामाच्या गावचे इतर नातेवाईक, चुलतमामा, माम्या, त्यांची मुलं आमच्याकडे अधूनमधून येतच असत. त्यामुळे मामाच्या गावची हालहवाल कळत असे. जुन्या आठवणींना उजाळा मिळे.

राघवमामा वर्षातून किमान पाच-सहा वेळा तरी यायचाच. तो खूपच चबढब्या होता. सतत काही ना काही उलाढाल्या करत राहायचा. एकदा त्यानं

आमच्या गावी जळगाव-औरंगाबाद रोडच्या दुतर्फा असलेल्या चिंचांचा लिलाव घेतला होता. या व्यवहारात त्याला फायदा झाला की नाही माहीत नाही; पण आमची मात्र त्या वर्षी चंगळ होती. त्या वर्षी आम्ही मनसोक्त चिंचा खाल्ल्या. अजूनही काहीशी तांबूस काहीशी हिरवी अशी गाभुळलेली चिंच पाहिली, की राघवमामाची अन् त्यानं आमच्या गावी घेतलेल्या चिंचांच्या लिलावाची हटकून याद येते. राघवमामानं नंतर गळ्यात 'तुळशीमाळ' घातली होती; पण त्याआधी राघव मामा लग्नकार्यात दारूही पीत असे. आमच्या एका चुलत मावसभावाच्या लग्नाच्या पंगतीत दारू प्यालेल्या अवस्थेत राघवमामानं आपल्या खड्या आवाजात असे काही श्लोक म्हटले, की आमच्याकडची खानदेशी मंडळी नुसती पाहतच राहिली. मामाचं ते रूप आमच्यासाठीही नवीनच होतं. मामाच्या गावी विठ्ठल मंदिरात नेहमीच भजन-कीर्तन चालत असे. त्याचे संस्कार बहुधा असे दिसून आले. दारू प्यालेला असूनही मामा एकामागून एक मुखोद्गत श्लोक बिनचूक म्हणत होता. पुढे गळ्यात तुळशीमाळ घातल्याने त्याला पोथी-पुराणाचा लळा लागला. पूजाअर्चा केल्याशिवाय तो जेवेना. एका वेळी मी बोर्डाचे एस. एस. सी. चे पेपर्स तपासत असताना नेमका राघवमामा आला. तेव्हा तो मला म्हणाला, "मास्तर, पोरास्नी चांगले मार्क द्या बरं का! पोरं नापास नको व्हाया पाह्यजे."

चबढब्या राघवमामा सतत उलाढाल्या करत राहायचा. उलाढाल करताना नफ्यातोट्याचं व्यावहारिक भानही ठेवत नसे. त्यामुळे व्यवहारात त्याला बऱ्याचदा घाटाच यायचा. त्यात आणखी दुष्काळ. मग तोही जमीनजुमला, घरदार विकून आपल्या मामेभावाच्या गावी गेला. तेथेच त्याने घर-वावर घेतलं.

माझ्या सख्ख्या मामासह दोघंतिघं मामा गाव सोडून गेले, तरी बाकीची गोतावळ्यातली माणसं तिथेच होती. वासूमामा म्हटलं तर जरा जास्तच कंजूष होता. घरच्या म्हशीच्या दुधातही तो पाणी टाकून मगच दूध प्यायचा. त्याला कुणी म्हणलं, "का रे बाबा, घरच्या म्हशीचं दूध असून असं पानी टाकून का बरं खातो? निरशा दुधात भाकर मोडून खा की! चांगलं लागतं." त्यावर वासूमामा म्हणे, "नीरसं दूध पाचायला जड आसतं, तब्बेतीला बाधतं." त्याच्या या बोलण्यावर मग सगळे हसायचे. पण वासूमामाला त्याची फिकीर नव्हती. त्यानं आपला स्वभाव कधी बदलला नाही.

वासूमामा दुधाचा लय चाहता. कोणताही स्वयंपाक असो, कोणतीही भाजी असो, दोन्ही वेळच्या जेवणात घोटभर का होईना त्याला दूध लागायचंच. म्हणून तो आपल्या दारच्या खुंट्यावरची म्हैस कधी हलू द्यायचा नाही. वासूमामाच्या

घरी दोन बैलांसोबत एक म्हैस कायम असायचीच. म्हैस म्हटली की वासूमामा-संबंधीचा एक गमतीदार प्रसंग नेहमी आठवतो.

आम्ही भावंडं लहान होतो, त्या वेळची गोष्ट. तेव्हा वासूमामानं आपली एक ठांगळ म्हैस आमच्या खानदेशात आपल्या बायकोच्या भाच्याकडे चराईसाठी पाठवली होती. म्हैस गाभण राहिल्यावर वासूमामा अर्थात ती घेऊन जाणार होता. त्या म्हशीसंबंधीचा हा किस्सा.

एक दिवस अवेळी संध्याकाळी दिवेलागणीच्या वेळेला वासूमामा आमच्या घरी आला. आई स्वयंपाक करत होती. वासूमामा अवेळी आलेला पाहून आई त्याला म्हणाली, ''का रे वासूभाऊ, आज भलत्याच येळीले कसा काय आला? नवीन गाडी सुरू झाली का काय घाटावरून या येळीले?''

''अगं, म्या तुमच्या खानदेशातच होतो की वडाळीला. तिथनं आलो म्या आता. म्या काही घरून घाटावरून नाही आलो आत्ता.''

''आस का? तेच तं म्हनलं मीनं, गड्या आत्ता ह्या येळीलं तं गाडी नही याले घाटावरून, मंग ह्या येळीले वासूभाऊ कसा आला? जाऊ दे, बरं झालं आला तं. पन वडाळीले कसा काय गेल्हा व्हता अन् आत्ता आसा लगट आलाबी कसा काय?''

''आगं काय सांगती बाई? (घाटावर बहिणीसाठी 'बाई' हे आदरार्थी संबोधन वापरत.) वडाळीला तो बाबल्या नाही का! माह्या घरचीचा भाचा. त्याच्याकडे म्या म्हैस पाठवली होती चराईला. मह्यन्याला पाच-पंचवीस रुपये बी द्यायचो त्याला वरतून. म्हनलं, शेनपुंजा तूच ठेव. आनखी काय पाह्यजे व्हत गाढीच्याला?''

''काहून? आता काय झालं मंग?''

''आगं बाई, म्हैस त्याच्यासंगे पाठवितानाच मी त्या गाढीच्याला सांगितलं व्हत, म्हैस गाभण राहिली तर मला कळीव. म्या घेऊन जाईन. तर म्हैस गाभण राहिल्यावरसुदीक त्या गाढीच्यानं कळवलंच नाही मला. इकडे म्हैस गाभाण बी राहिली अन् व्यालीसुद्धा! आठ दिसाच्या आधी वगारू झालं तिला. वगारू चांगलं शाबीत ना! टुन टुन उड्या मारायचं.''

''वाऽ! चांगल झालं गड्या मंग!''

''आगं, कह्याचं चांगल झालं?''

''आरेऽ, चांगलं नही झालं तं काय झालं? म्हैस गाभण राहिली. वगारू झालं. आणखी काय चांगलं पाह्यजे?''

''आऽगं, पुढचं ऐकशील की न्हाई काही?''

“पुढं आणि आणखी काय झालं?”

“आगं म्हैस व्याल्यावर त्यान निरोप पाठविला तिकडं घाटावर. म्या खुशीतच आलो ना बाई माघल्या हप्त्यात. म्हैस चांगली. वगारूबी चांगल शाबीत. म्हैस धमधम दूध द्यायाची. मंग म्या बाबल्याला, म्हनलं ‘बाबूदा, म्या आता परत घरला जातो अन जोडीदार घेऊन येतो. मंग आम्ही दोघं जाऊ घेऊन म्हशीला घाटावर.’ म्या आलो तसा उलट्या पावली परत गेलो. तुला भेटाया पन आलो न्हाई. म्हनलं आनखी यायचंच आहे, जाऊ पुढल्या खेपेला. आता मानुस संगतीला घेऊन आलो. म्हनलं म्हैस अन् वगारू घेऊन जाऊ; तर वगारू मेल्यालं. आधी आलो तव्हा चांगल शाबीत व्हत ना वगारू आणि आता आलो तं वगारू मेल्यालं. च्या आयऽला त्या बाबल्याच्या...”

“वगारू चांगलं शाबीत ना!” वासूमामाच्या या पालुपदाचं आम्हा भावंडांना खूप हसू यायचं. आम्ही पोट धरून धरून हसत होतो. तशी आई आमच्यावर रागावली.

“काहून हासता रे मेल्याहो? येडे आहेती का तुम्ही? त्या मामाले राग नही येनार का अशानं?”

त्यावर वासूमामा म्हनंला, “आगं हासू दे बाई. लहान पोरं ते. त्यांना काय कळतं? माझ्या घाटावरच्या बोलीचं हासू येत असंल त्यानला.”

मग आईनं परत म्हैस अन् वगाराच्या गोष्टीकडे वळत वासूमामाला विचारलं, “आसं कसं मेलं, वासूभाऊ वगारू!”

“तूच पहा न बाई. म्या दोन दिसाआधी आलो तव्हा चांगल शाबीत व्हतं वगारू. चांगलं टुनटुन उड्या मारायचं. अन् आता आलो तर वगारू मेल्यालं. ह्या गाढीच्या बाबल्यानंच केलं असंल काहीतरी. तेला वाटलं आसल, ‘हा म्हैस घेऊन जातो म्हनतो का? मंग पहातोच कसा घेऊन जातो ते म्हैस. म्या म्हैस घेऊन जाऊ नये म्हनून त्यानंच केलं बघ काहीतरी. त्याला वाटतं, अशानं तरी म्या म्हैस नेनार न्हाई. पन दुपती म्हैस याच्या घरी ठेवायला मला का याड लागलं का? म्या म्हैस घेऊन जातो म्हनलं तव्हाच तेचा नुर पालटला व्हता. आता वगारू मेल्यालं अन म्हैस थान्याला हात लावू देईना. म्या आसा इरून गेलो बघ. च्याआयला ह्या बाबल्याच्या. त्यानंच मारलं बघ वगारू. त्याला दूध पाजलं नसंल. हेळणा केली आसंल त्याची. आठ-दहा दिसाचं लहासक वगारू ते. गेलं फुसकून मरून. माला तोंड पहावंसं वाटेना बघ आता त्या बाबल्याचं.”

“आरे, आस नको म्हनू वासूभाऊ. राधाभाभीले राग येईल नं. तिले जर

का माहीत पडल नं, तर आत्तरपित्तर काढील तुही.''

आईनं असं म्हटल्यावर वासूमामा जरा वरमला. तो राधामामीला जरा घाबरूनच असायचा.

राधीमामी ही वासूमामाची दुसरी बायको. वासूमामाची पहिली बायको पोर-सोर न होताच वारली होती. म्हणून वासूमामानं राधामामीशी दुसरं लग्न (मोहतीर) केलं होतं. राधामामीचंही आधी लग्न झालेलं होतं. तिला पहिल्या घरच्या दोन मुलीही होत्या. पण दोन मुली झाल्यावर ती विधवा झाली. आधीच्या घरच्या दोन मुली असूनही वासूमामानं विधवा राधामामीशी दुसरं लग्न केलं. पहिल्या घरच्या तिच्या दोन मुलींनाही तो राधामामीसोबत आपल्या घरी घेऊन आला. त्यांना त्यानं बापाची माया दिली. दोघी मुलींची चांगली स्थळं पाहून लग्नं लावून दिली. मोठ्या मुलीचा संसार सुखाचा झाला. पण लहान मुलीला मात्र तीन पोरं झाल्यावर अकाली वैधव्य आलं. मग ती सासरचा आपल्या हिश्शावर आलेला जमीनजुमला विकून तिघं पोरांना सोबत घेऊन वासूमामा जवळच राहायला आली. वासूमामा अन् राधामामीला दुसऱ्या लग्नानंतर मूलबाळ झालंच नाही. म्हणून मग वासूमामानं आपल्या मुलीच्या तिघा मुलांपैकीच एकाला दत्तक घेतलं.

माझा आणखी एक चुलतमामा म्हणजे पर्वतमामा. तो वासूमामाचा सावत्र भाऊ होता. दोघं भाऊ असले, तरी दोघांच्या स्वभावात जमीनअस्मानाचा फरक होता. वासूमामा मवाळ तर पर्वतमामा आडदांड. पर्वतमामाची देहयष्टी नावाप्रमाणेच पर्वतासारखीच होती. तारुण्यात पर्वतमामा कसरत करायचा. कुस्त्या खेळायचा. त्याच्या दोन्ही हातांच्या दंडांवर आणि दोन्ही पायांच्या मांड्यांवर बजरंगबलीची चित्रं गोंदलेली होती. गावात या मामाला पर्वत पहेलवान म्हणूनच ओळखत. वासूमामानं आपल्या मुलाला दत्तक घ्यावं, असं पर्वतमामाला मनातून वाटत होतं; पण पर्वतमामाची मुलंही त्याच्यासारखीच होती. आडदांड अन् उधळी. आणि आपल्या मुलीचा मुलगा असल्यावर वासूमामा सावत्रभावाच्या मुलाला कशाला दत्तक घेईल? वासूमामानं आपल्या मुलाला दत्तक घेतलं नाही, म्हणून पर्वतमामाचा वासूमामावर राग होता तसा पोरांचाही. पर्वतमामा अन् त्याची पोरं काही ना काही कुरापत उकरून काढत अन् वासूमामाला त्रास देत, त्याचा छळ करत. वासूमामा त्यांच्याशी वाद न घालता त्यांचा छळ निमूट सहन करायचा.

मला चांगलं आठवतं. त्या वेळी दिवाळीच्या सुट्टीत आम्ही भावंडं मामाच्या घरी मामाच्या गावी गेलो होतो. त्या दिवशी मामी मना करत असूनही

आम्ही भावंडं मामाच्या मळ्याची पांदीची सरळ वाट वाकडी करून शेताशेतांतून मामाच्या मळ्यात जायला निघालो. शेताशेतांच्या वाटेने मध्ये पर्वतमामाचंही शेत होतं. पर्वतमामाच्या शेतात विहीरच नव्हती. त्यामुळे बागायती नव्हती. म्हणून पर्वतमामा पावसाच्या पाण्यावर येणारी कपाशी, मूग अशी पिकं घ्यायचा. हिवाळ्यात शाळू हमखास असायचीच. आताही पर्वतमामाच्या शेतात शाळूच पेरलेली होती. शाळूची हिरवीगार ताटं चार बांधांत मावत नव्हती. हिरव्याकच्च दुधाळ दाण्यांनी टच्च भरलेली कणसं वाऱ्यावर डुलत होती. पर्वतमामाचा मधला पोरगा प्रताप माळवच्यावर उभा राहून हाऽऽर, हाऽऽर करत आणि गोफणीने दगड भिरकावत शाळूवरची पाखरं हाकलत होता. प्रताप आमच्यापेक्षा पाच-सात वर्षानं मोठा होता. आम्हाला पाहून तो म्हनला,

"आरंऽ, ही पाव्हन्याची पोरं इकडं कुठी हिंडाया लागली रानावं. इकडं कशाला रं आली लेकराहो काट्या-कुट्याची? आलीबी आशा टायमाला की इथं खायालाबी नाही काही. बरं, तुम्ही थांबा जरा इथं माळवच्याच्या सावलीत. म्या येतू जरा जाऊन."

आसं म्हनून प्रताप गेला अन् जरा वेळानं मोठमोठे हिरवेगार रसरशीत आठ- दहा पेरू घेऊन आला. ते गोड पेरू शाळूच्या शेतात माळवच्याच्या सावलीत बसून आम्ही सगळ्यांनी खाल्ले.

"प्रतापभाऊ, तुमच्या वावरात तं पेरूची झाडं नाही. मंग कुठून आणले हे पेरू?" आमच्यातल्या एकानं आसं विचारल्यावर प्रताप म्हणाला, "कुठनं आणले याच्याशी काय करायच तुम्हाला? गोड पेरू हायती. खावा की!"

"पेरू तं खातोच आहे. पन आणले कुठून ते तरी सांग?"

"आरं पोरानु, त्या वास्याच्या मळ्यातून आणले पेरू. त्याच्या मळ्यात हायती झाडं पेरूची." वास्या म्हनजे अर्थातच वासूमामा हे आमच्या लगेच ध्यानात आलं.

"चोरून आणले पेरू वासूमामाच्या मळ्यातून? चोरून कशाला आणले? मागितले असते तर मिळाले असते आपल्याला पाच-सात पेरू."

"आऽरंऽ त्या वास्याला काय मागता पेरू? मागून देनारातला हाय कां त्यो? नरकात पडल्याली कवडी झांबलून काढणारा अन् धुऊन कनवटीला बांधनारा. साऱ्या मुलखाचा कंजूष त्यो. त्याला अशीच अद्दल घडवायची आसती. च्याआयला सालं, रक्ताच्या लोकान्ला देत न्हाई अन् चोरांची घरं भरतं."

प्रताप आणखी असंच काहीबाही बोलत होता. आम्ही नुस्तं ऐकत होतो.

तेव्हा लहान असल्यानं त्याच्या बोलण्याचा रोख आम्हाला समजत नव्हता. पण आता मोठं झाल्यावर सर्व लक्षात येतं. पर्वतमामा अन् त्याची पोरं वासूमामाला असाच कशाच्या ना कशाच्या निमित्तानं त्रास द्यायची. वासूमामा आमच्या घरी आला म्हणजे कधी कधी हे सगळं आईजवळ सांगायचा. पस्तावा करायचा. मग पर्वतमामा आमच्या घरी आला म्हनजे आई पर्वतमामाला समज द्यायची.

"काऽरे पर्वतभाऊ, काहून तरास देतु त्या वासुभाऊले? तो कोन्हाच्या आध्यात का मध्यात! दिवस निघल्यापसून तं दिवस बुडोस्तर मळ्यात राबतो तो. तेच्यानं तेल्हे चांगलं पिकतं. तेचं चांगलं तुम्हाले चांगलं दिसत नही. तुम्हाले काम नको. फिरत राह्यता नुस्ते बोड्या फकिरावानी इसगावच तीसगाव अन् भिकाऱ्याले चाळीसगांव. तेच्यानं तुम्हाले मालटाल व्हत नही चांगला. मंग बिनकारनानं तेच्या मांघी लागता." मंग पर्वतमामा संतापल्यासारखा म्हने,

"येऽ बाई, म्या का त्या वास्यासारखा हाय का बिनडोक? च्याआयला, ते गाढीचं सक्काळी दिवस उगल्यापासून संध्याकाळी दिवे लागोस्तर राबतं रानात येड्यावानी. कोनासाठी राबतं गं ते? त्या चोरांसाठी का नाही? च्याआयला, तेबी खात नाही नां पोटाला पोटभर. दुधात पानी टाकून कालामोडून भाकर खातं गाढीचं. बाईल आसी करून आनली तं तिच्या माघं दोन पोरी. ह्याच्या पोटचं हाय का एकबी! काय गं नातं आपलं त्यांच्याशी? आता त्या पोरीच्या पोराला दत्तक घ्यायला निघालंय, खुळचट सालं!"

"आरे येड्या, पोरीच्या पोराले नही तं कोन्हाले दत्तक घेईन मंग तो? अन् त्यांच्याशी आपलं काय नातं, आसं कसं म्हनतू तू? वासूभाऊनं राधामामीशी मव्हतीर लावलं त्याच दिवशी आपलं नातं जुळलं त्यांच्याशी. आता परके का हायती ते आपल्याले? खरं सांगू का पर्वतभाऊ, तुव्हं खरं दुखनं दुसरंच आहे. तुल्हे वाटतं वासूभाऊनं तुह्या पोराले दत्तक घ्यावं. तेच्या पोरीच्या पोराले सोडून तुह्या पोराले कसा काय दत्तक घील तो!"

तसा पर्वतमामा आनखी संतापत म्हनला, "येऽ नानू बाई, माझी पोरं का वाटेवर पडली हायती का? च्याआयला, त्यानं मागितलं तरी दत्तक देनार नाय म्या माझं पोरगं तेला. म्या मुततो त्याच्या इष्टेटीवर. लाथ मारीन तिथं पानी काढन आसी धमक हाय माझ्यात. च्याआयला, त्या वास्याच्या! त्याचं ऐकून तू मला काहीबाही बोलती का? अग हायती असो माझ्या कैचीला अन् करवतीला. तुला ठाव नाही का? संत्री-मोसंबीच्या बागेतली झाडं कातरून दोन घंट्यांत २०० रुपये कमिवतो मी. त्या खुळचटासारखी हाडं झिजवत नाही सकाळधरनं

अंधार पडेस्तोवर मातीत. तो काय माझी बरोबरी करतो?''

पर्वतमामा खरंच कलाकार होता. संत्री-मोसंबीच्या बागेतल्या झाडांची तो सुंदर कातरण करायचा. झाडांच्या दिशाहीन वाढलेल्या अस्ताव्यस्त फांद्या, झाडाच्या गाभाऱ्यातली अनावश्यक फांदोरी व सुकल्या वाळल्या फांद्या तो काढून टाकायचा. त्यानं कातरण केलेली बाग चित्रातल्या सारखी सुंदर दिसायची. मालक जाम खूश व्हायचा. त्याची ही कला भल्याभल्यांना भुरळ घालायची. बोलायलाही पर्वतमामा वस्ताद होता. मालकाला त्याच्या संत्री-मोसंबीच्या बागेची महती तो अशी काही वर्णन करून सांगायचा, की मालक हुरळून जायचा. मग पर्वतमामा शंभर रुपयांचं काम दीडशे रुपयांत मिळवे. पण त्याचा स्वभाव उधळ्या होता. भविष्याचा विचार न करता तो पैशाची उधळपट्टी करे. पाच कमावले तर सात खर्च करे. त्यामुळे कमाई करूनही त्याला पैसा पुरेना. एरवी त्याचं व्यक्तिमत्त्व गर्भश्रीमंत खानदानी माणसाला लाजवेल असं होतं. एक काष्टी बारीक धोतर, अंगात तसाच बारीक मलमली सदरा, डोक्यावर शुभ्र गांधी टोपी, कपाळाला केशरी गंध, हातात घड्याळ, बोटात मुंद्या. सुदृढ देहयष्टी असलेला उंच, गोरापान पर्वतमामा बघणाऱ्यावर सहज छाप टाके. बगीचा कातरणाच्या कामाला जाताना त्याच्या एका काखेत शबनम बॅग असे. तिच्यात झाडांची कातरण करायची हत्यारं-करवत, कैची, डिंक खरवडायची लोखंडी पट्टी अन् असंच काही सटरफटर सामान. दुसऱ्या काखेत बुश बॅरोन ट्रांझिस्टर रेडिओ. रस्त्यानं चालतानाही रेडिओ सुरूच असायचा. बगीचात झाडांची कातरण करायची तर पर्वतमामा धोतर, शर्ट, टोपी काढून ठेवायचा. अंगात फक्त लांबरुंद अंडर पँट अन बांडीस. फर्माईशी गाणे गाणारा ट्रांझिस्टर झाडाच्या फांदीला टांगलेला असायचा. मग त्या गाण्यांच्या तालावर पर्वतमामा तन्मयतेने बागेतील झाडांची कातरण करायचा. झाडाचं चहू अंगानं निरीक्षण करून कोणती फांदी कापायची, किती कापायची, कोठून कापायची याचा पर्वतमामा आधी अभ्यासपूर्ण अंदाज घ्यायचा. मगच आपली करवत, कैची चालवायचा. तन्मय होऊन झाडांची कातरण करणाऱ्या पर्वतमामाला पाहणं हासुद्धा एक समृद्ध अनुभव होता.

पर्वतमामा आमच्या घरी यायचा तो बहुधा आपल्या शाही थाटातच. ट्रांझिस्टरची बटनं आम्ही आमच्या हातानं पहिल्यांदा फिरवली ती पर्वतमामाच्या ट्रांझिस्टरची. त्या वेळी ट्रांझिस्टरचं मोठं कौतुक होतं. थोरामोठ्या श्रीमंतांच्या घरीच त्या काळात रेडिओ, ट्रांझिस्टर असे. त्यामुळे पर्वतामामाच्या ट्रांझिस्टरचं आम्हा भावंडांना अप्रूप वाटे. माझ्या डोळ्यांतलं ट्राझिंस्टरविषयीचं कुतूहल पाहून

पर्वतमामा मला म्हणायचा, "तुला पाह्यजे का रे पोरा रेडू? लगन कर आमच्या पोरीशी, जावई व्हय आमचा. मग लग्नात देतो तुला घेऊन रेडू." मग आपला आपल्याशी बोलल्यासारखा पर्वतमामा म्हणे, "च्याआयला, म्या जरा शिकलो पाह्यजे व्हतो रे पोरांनो, एक काय धा रेडू घिऊन फिरलू असतो. इकडची दुनिया तिकडं करून टाकली आसती म्या."

पर्वतमामाचं बहुतेक आयुष्य असं फिरगस्तीतच गेलं. संत्री-मोसंबीच्या बागांतील झाडांची कातरण करण्याच्या कामानिमित्तानं पर्वतमामा या गावचा त्या गावी अन् त्या गावचा या गावी सारखा फिरत असे. मराठवाडा अन् खानदेश हे प्रामुख्याने त्याचे कार्यक्षेत्र होते. त्यातही आमच्या खानदेशात त्याला जास्त काम भेटे. कारण हे काम करणारं आमच्या खानदेशात त्या काळीतरी फारसं कुणी नव्हतं. कामाच्या निमित्ताने पर्वतमामा बहुधा बाहेरच असे. गावी घरी त्याचा मुक्काम खूपच कमी असे. वय झाल्यावर शेवटी शेवटी मात्र पर्वतमामा गावीच होता. तुऱ्हाट्या, पऱ्ह्याट्या, गवत-पाला यांची मिळून आपल्या शेतातच त्यानं पर्णकुटी बांधली होती आणि तिच्यातच तो राहत होता. आयुष्यात कमावलेली सगळी माया पुंजी त्यानं आपल्याजवळ त्या पर्णकुटीतच एका जुनाट लाकडी पेटीत ठेवली होती. एक दिवस कशी कोण जाणे, पर्णकुटीला आग लागली. पर्णकुटीला आग लागली तेव्हा खरंतर पर्वतमामा पर्णकुटीच्या बाहेर होता. पण पर्णकुटीतल्या त्या जुनाट लाकडी पेटीत आणखी असं काय होतं कोण जाणे, ती पेटी काढायला पर्वतमामानं जिवाची पर्वा न करता धगधगत्या आगीत प्रवेश केला. त्यातच त्याचा जळून करुण अंत झाला. आई रडतभेकत मामाच्या गावी गेली. आम्ही भावंडं घरच्या घरी पर्वतमामाच्या आठवणी काढत हळहळलो, गहिवरलो.

मी असा आठवणीत हरवलो असतानाच गाडीनं एक दीर्घ वळण घेऊन औरंगाबाद शहरात प्रवेश केला. औरंगाबाद! मराठवाड्याच्या राजधानीचं शहर. किती वर्षांनी येत होतो मी आता औरंगाबादला! वीस-पंचवीस वर्षं तर सहज झाली असतील. या वीस-पंचवीस वर्षांत औरंगाबाद चारही दिशांना ऐसपैस विस्तारलं होतं. या शहराचा विस्तार तसा अपरिहार्यच होता. कारण हे महाराष्ट्रातलं प्रमुख पर्यटनस्थळ. इतिहास इथल्या मातीच्या कणाकणांत रुजलेला. आजही अनेक वास्तू इतिहासाची साक्ष देत इथे उभ्या आहेत आणि पर्यटकांची आकर्षण-केंद्रे बनली आहेत. भडकल गेट, पैठण गेट, दिल्ली दरवाजा, काळा दरवाजा ही एकेकाळची शहराची प्रवेशद्वारं; पानचक्की, ताजमहालाची प्रतिकृती असलेला

बीबीचा मकबरा, औरंगाबादची लेणी इत्यादी रमणीय स्थळं पर्यटकाला वर्तमान विसरून इतिहासात रमायला भाग पाडतात. औरंगाबाद शहराच्या सभोवतीचा दहा-पंधरा किलोमीटरचा परिसरही ऐतिहासिक स्थळांनी असाच समृद्ध आहे. वेरूळ येथील जगप्रसिद्ध लेणी व घृष्णेश्वराचे मंदिर, दौलताबाद येथील प्रेक्षणीय अभेद्य किल्ला, खुल्ताबाद येथील शहेनशहा औरंगजेबाची समाधी, पैठण येथील नाथमहाराजांचे मंदिर, जायकवाडी प्रकल्प, म्हैसमाळ हे थंड हवेचे ठिकाण व पितळखोरा लेणी. कुठल्याही दिशेने जा, इतिहास पर्यटकाच्या स्वागतासाठी उभा आहे. इतिहासाचे हुंकार इथल्या आसमंतात जणूकाही अजूनही हुंकारत आहेत. म्हणूनच इथला आसमंत नेहमी भारलेला-भारावलेला वाटतो. इथल्या आसमंतात मी सर्वांसकट मलाही विसरून जातो आणि मोरपीस बनून आनंदलहरीवर नुसता तरंगत राहतो. या परिसराच्या अनेक आठवणींनी माझं बालमन समृद्ध झालं आहे. त्या आठवणींत मी पुन्हा हरवलो.

आमचं लग्न होऊन फारतर दोन वर्ष झाली असतील. तेव्हा मी कॉलेजच्या पहिल्या वर्षाला होतो. माझं आणि भावाचंही लग्न तुलनेने लहान वयातच झालं होतं. त्यामुळे लग्नं झाली असली, तरी खऱ्या अर्थाने आमच्या वैवाहिक जीवनाला सुरुवात झाली नव्हती. वैवाहिक जीवन सुरू करण्यासाठी विशिष्ट दैवतांच्या स्थळांना भेटी देऊन त्यांचा आशीर्वाद घेण्याची आमच्या घराण्याची जुनी परंपरा. आमच्या दैवतांची ही स्थळं- घृष्णेश्वर, शादीलशा बाबांचा दर्गा आणि जर्जरी बाबांचा दर्गा– वेरूळ व परिसरात स्थित होती. खरंतर आमचं वैवाहिक जीवन सुरू व्हायला अजून खूप वेळ होता. पण परंपरागत रिवाजानुसार जोडीजोडीने (पती-पत्नी) दैवतांचा आशीर्वाद घेऊन ठेवायचा; म्हणजे पुढे सोयीनुसार केव्हाही वैवाहिक जीवन सुरू करण्यास अडचण नाही, असा आईनं विचार केला होता. या वेळी या निमित्तानेच आम्ही सर्व मामाच्या गावी गेलो होतो. मामाच्या गावापासून वेरूळ फारतर पाच-सात कि. मी. अंतरावर. आधी मामाच्या गावाला जायचं आणि मग तेथून एक दिवस बैलगाडीने वेरूळला जाऊन दैवतांच्या स्थळांना भेटी द्यायच्या व त्यांचा आशीर्वाद घ्यायचा, असं ठरलं होतं.

त्या वेळी आई, मी, भाऊ आणि वहिनी असे चौघं मामाच्या गावी गेलो होतो. सावि मामाची मुलगी, जी आता माझी पत्नी होती ती– आधीच मामाच्या घरी 'आखाजी'साठी गेलेलीच होती. उन्हाळ्याच्या मोठ्या सुट्टीचे मे महिन्याचे दिवस. त्यामुळे या वेळी मामाच्या गावी आमचा चांगला बारा-पंधरा दिवसांचा मुक्काम होता. या मुक्कामातच एक दिवस बैलगाडीने आम्ही वेरूळला गेलो होतो.

मामाला तर गाव सोडून आमच्याकडे येण्याचे वेध तेव्हापासूनच लागले होते. त्यामुळे मामानं आपले बैल, गाडी कधीच विकून टाकलेली होती. म्हणून मग एका चुलतमामाची गाडी सांगितली होती. चुलतमामाचा मुलगा विश्वास घुरकरी म्हणून सोबत येणार होता. त्या दिवशी सकाळी झापडीत ४ वाजता उठून आईनं सोबत न्यावयाचे जेवण, दर्ग्यावर द्यावयाचा प्रसाद (मलिदा) तयार केला. सोबत घ्यावयाचे इतर सामानसुमान यांची नीटनेटकी बांधाबांध केली. आम्हाला सर्वांनाही लवकरच जागं केलं. अंघोळी करून आम्ही सर्व दर्शनाला जायला तयार झालो. मामाचा मुलगा विश्वास लवकरच सकाळी ६ वाजता गाडी घेऊन आला. गाडीत बैलांसाठी चारा घेतलेला. त्यावर मोठी झोऱ्याची पट्टी अंथरलेली. पट्टीवर मग आम्ही सर्व- मी, सावि, भाऊ, वहिनी, आई, मामा- बसलो. मामाचा मुलगा विश्वास घुरकरी होता. सकाळी सकाळी वेरूळच्या दिशेने बैलगाडीने आमचा प्रवास सुरू झाला. उन्हाळ्याचे दिवस असूनही घाटावरची सकाळची वेळ असल्याने प्रसन्न वाटत होते. वाटेवरचं रान बहुधा मोकळंच होतं. रब्बीचा हंगाम आटोपला होता. खरीपाच्या हंगामाकरिता पेरणी करावयाची म्हणून शेतं नांगरून पडली होती. अधूनमधून चुकपाट संत्री, मोसंबी, उसाचे मळे भेटत होते. बैल दुडक्या चालीने चालत होते, वेरुळ जवळ करत होते. शेता- शिवारांतली वाट संपवून आमची बैलगाडी उघड्या माळावर आली. माळावर सर्वदूर हिरव्यागार करवंदाच्या जाळ्या काळ्या करवंदाच्या फळांनी लदबदल्या होत्या. आमच्या खानदेशात करवंदं तशी दुर्मीळच. म्हणून झाडांवरची ती रसरशीत करवंदं खाण्याचा आम्हाला अनावर मोह झाला. आम्ही गाडी थांबवून खूप करवंदं तोडून घेतली. करवंदं खायला तशी छानच लागतात. पण झाडावरून नुकत्याच तोडलेल्या करवंदाची चव आणखीच न्यारी! मग काळ्या करवंदी रानमेव्याची चव चाखतच आमचा पुढचा प्रवास सुरू झाला. गाडीत गप्पांनाही अर्थात ऊत झाला होता. आम्ही दोघं भाऊ आता कॉलेजला शिकत होतो. देवाचे दर्शन आशीर्वाद, यांवर तसा आमचा विशेष विश्वास नव्हता. त्यात आणखी शादिलशा बाबा, जर्जरी बाबा या मुस्लिम संतांच्या दर्ग्यांना भेटी देऊन त्यांचे दर्शन घ्यावयाचे, त्यांचा आशीर्वाद, दुवाँ घ्यावयाचा हे आम्हाला जरा जास्तच विपरीत वाटत होते. म्हणून मग आईशी जरा वाद घालत आम्ही म्हणालो, ''आई, एकवेळ घृष्णेश्वराचं समजलं; पण मधीच हे शादिलशा बाबा अन जर्जरी बाबाच्या दर्ग्याचं दर्शन कसं काय आलं! आपले ३३ कोटी देव सोडून मधीच हे मुसलमान बाबा कसे काय आले? म्हने लगन झाल्यावर' 'संसार'

सुरू करण्याआधी घृष्णेश्वरासोबत या बाबांच्या दर्ग्यांनासुद्धा भेटी देऊन त्यांचा आशीर्वाद घ्या. आपले देव देल्हे सोडून अन् मधीच आनले हे मुसलमानाचे देव!''

"आरेऽ पोराहो, देव कुठी मुसलमानाचा अन् हिंदूचा असतो का? देव तो देवच! मग तो मुसलमानाचा आसो नही तं हिंदूचा. अन् आपल्या घरान्याचा परंपरागत रिवाज आहे तं घ्या आशीर्वाद. तेच्यानं काय बिघडतं?''

"अन् समजा, नही घेतला आशीर्वाद, तं मंग कय बिघडील?''

"आऽरे येड्याहो, विषाची कोन्ही परीक्षा पाह्यतं का?''

"म्हनजे परंपरागत रिवाजानुसार आपुन दर्शनाले नही आलो, तं आपुन मरून जाऊ?''

"तसंच नही काही. पन मंग मले सांगा, जल्माले येल आपुन सगळे कधी ना कधी मरतोच का नही? पन मंग कोन्ही आपल्याच हातानं जह्यर खाऊन मरतं का? तसंच आहे हे. लावून ठेवेल आहे आपल्या वाडवडिलानं तं करा. देवाबापांचा आशीर्वाद काही वाया जात नही.''

"आई, आपले वाडवडील आडानी होते. त्याहीले काही समजेना. कोन्ह काही सांगलं की ते तसंच करत. आता आपुन शिकलो आहे तं आपुन सुधरलं पाह्यजे.''

"तुम्ही शिकेल आहे बापा तुम्ही सुदरा. मी आडानी आहे. मीनं मह्या पोरांचे वऱ्हं (नवविवाहित नवरा-नवरी) नेन्ह लावले आशीर्वादासाठी त्याहिच्या दरबारात. तुम्ही शिकून जास्ती शाह्यने झाले तं तुम्ही नका नेझा तुमच्या पोऱ्हांचे 'वऱ्हं' आशीर्वादाले. मंग पाह्यजा मेल्याहो व्हतो कां त्याहिचा संसार सुखाचा ते!''

त्या वेळी पोरसवदा वयात सुशिक्षितपणाचा मोठा आव आणत आईशी वाद घालणारे आम्ही आज विज्ञानाचे पदवीधर झालो असूनही परंपरागत रिवाज नियमाने पाळतो. मुलांची लग्नं झाल्यावर नवविवाहित वधूवरांना स्पेशल गाडी करून आम्ही घृष्णेश्वराच्या आणि शादिलशा बाबा, जर्जरी बाबा यांच्या दर्शनाला पाठवलं. रक्तात खोलवर रुजलेले संस्कार सहजासहजी टाकून देता येत नाहीत, हेच खरं!

सकाळी सकाळी रमतगमत, हसतखेळत आमचा बैलगाडीचा प्रवास संपला. ११ वाजेशी आम्ही वेरूळला पोचलो. वेरूळला एका ओळखीच्या ब्राह्मणाच्या वाड्यात बैलगाडी सोडली. झोऱ्याची पट्टी, पुऱ्हाने, जोते आसं सटर-फटर सामान तेथेच ठेवलं आणि जुजबी सामान सोबत घेऊन आम्ही पायीच दर्शनासाठी निघालो. शादीलशा बाबांचा दर्गा वेरूळ गावातच आहे. पहिल्यांदा आम्ही तेथे गेलो. उंच भिंतीने बंदिस्त केलेल्या मोठ्या आवारात मुस्लिम संत शादीलशा

बाबाच्या दर्ग्याची मुख्य इमारत आहे. इमारत खूपच जुनी पुरातन आहे. शेजारी आणखी छोट्या छोट्या एक-दोन इमारती. आवाराच्या भिंतीलगत भक्तांसाठी ओसरी. आम्ही गेलो त्या दिवशी भाविकांची बरीच गर्दी होती. मुस्लिमांपेक्षा परिसरातील कुणबी-धनगर अशा हिंदूंची गर्दी जास्त होती. काहींचा बोकडांचा नवस होता. एक-दोन बोकड टांगलेले होते. आवारात दोन-चार ठिकाणी मटणाची भाजी शिजत होती. आम्ही सर्व सरळ इमारतीत शादीलशा बाबांच्या दर्ग्याच्या दर्शनासाठी गेलो. आईने घरून तयार करून आणलेला प्रसाद- मलिदा (बाजरीची भाकरी व गूळ यांचा काला) देवाला वाहिला. शादीलशा बाबांच्या दर्ग्यावर गलप (दर्ग्यावर पांघरावयाची हिरवी शाल-कापड) चढवला. आम्ही जोडीजोडीने दर्ग्याचे दर्शन घेतले. तेथील पुजारी फकिराने आम्हाला दुवाँ-आशीर्वाद दिला. शादीलशा बाबांचे पूजा-प्रसाद-सोपस्कार आटोपून व दर्शन घेऊन आम्ही वेरूळ गावातीलच दिगंबर जैनांचे पार्श्वनाथ जैन मंदिर आहे तेथे जाऊन दर्शन घेतले आणि मग आम्ही सरळ घृष्णेश्वर मंदिराकडे निघालो. वेरूळ गावातून घृष्णेश्वर मंदिराकडे जाताना वाटेतच अहिल्याबाई होळकरांनी निर्माण केलेले तीर्थकुंड आहे. या कुंडात (तळे) साचलेल्या पाण्यात भक्त श्रद्धेने अंघोळी करतात. विशेषत: श्रावण महिन्यात सोमवारी येथे भाविकांची विशेष गर्दी असते. रस्त्याला लागूनच उघड्यावरच असलेल्या या तीर्थकुंडात महिला भाविकही नि:संकोच आंघोळी करताना दिसतात. मनात श्रद्धा असेल तर तेथे पापवासनेला थारा नसतो. या तलावावरून वेरूळ लेण्यांच्या एका टोकावर असलेले 'सीतेची न्हाणी' हे ठिकाण स्पष्ट दिसते. हे ठिकाण म्हणजे उंच डोंगरावरून कोसळणारा पाण्याचा धबधबा. आम्ही गेलो तेव्हा उन्हाळ्याचे दिवस असल्याने धबधबा नव्हता. पावसाळ्यात मात्र हा धबधबा धो धो वाहत असतो. ज्या विवाहितांना मूलबाळ होत नाही, त्यांनी येथे अंघोळ केल्यास त्यांना मूलबाळ होते, असा भाविकांना समज आहे. या तीर्थकुंडापासून हाकेच्या अंतरावर घृष्णेश्वराचे मंदिर. मंदिरातील वातावरण अतिशय प्रसन्न होते. अभिषेकांच्या मंत्रांचे जयघोष व मधूनमधून होणारा घंटानाद यांमुळे मनातील धार्मिक भाव व श्रद्धा सहज जागृत झाली. आम्हीही दोघा भावांनी जोडीजोडीने मंदिरात अभिषेक केला. मंदिराची अप्रतिम शिल्पांकित भव्य इमारत मनाला भुरळ घालणारी. घृष्णेश्वराच्या मंदिराच्या आवारातच मग आम्ही जेवण केलं. आईने घरून पोळ्याभाजी सोबत आणलेली होती. मंदिरात सदैव वास्तव्य करून असलेली वानरंही आमच्यासोबत जेवायला आली.

जेवणं झाल्यामुळे आम्हाला आता जरा तकवा आला होता. आम्हाला

आता महान सूफी संत जर्जरी बाबा यांच्या दर्ग्याचे दर्शन घ्यावयाचे होते. हा दर्गा खरेतर खुल्ताबादला. खुल्ताबादपासून साधारण एक ते दीड किलोमीटर अंतरावर म्हैसमाळ रस्त्यावर हा दर्गा आहे. पण वेरूळ लेण्यांजवळच्या डोंगरचढणीच्या वाटेनेही या ठिकाणी जाता येते. म्हणून आम्ही वेरूळ लेणीपरिसरात आधी आलो. उंच दगडी डोंगरात खोदलेल्या अनेक गुंफा. त्यांच्या लांबून झालेल्या दर्शनानेच मन भारावून जातं. खरं म्हणजे तो संपूर्ण परिसरच मनाला भुरळ घालतो. उन्हाळ्याचे दिवस आणि दुपारची वेळ. त्यामुळे पर्यटकांची विशेष गर्दी नव्हती. वेळ कमी असल्याने आम्ही फक्त कैलास लेणी पाहिली. प्रचंड दगडी डोंगरात कोरलेले ते भव्य शिवमंदिर म्हणजे शिवशंकराचे अद्वितीय स्मारक. मंदिराच्या प्रांगणात दोन्ही बाजूंस दोन उंच स्तंभ व दोन विशाल हत्ती कोरले आहेत. मंदिराच्या सभोवती उभ्या भिंतीसारख्या डोंगरात आणखी शिल्पकलेचे अप्रतिम नमुने. येथे हिंदू धर्मपुराणातले अनेक प्रसंग दगडी शिल्पांत कोरलेले दिसतात. शिव-पार्वतीच्या वेगवेगळ्या रूपांसोबत शिव- पार्वती विवाह, शिव-पार्वती सारीपाट खेळताना, राम-लक्ष्मण शिवाची पूजा करताना, कैलास पर्वत हलविण्याचा प्रयत्न करणारा रावण, गोवर्धनधारी कृष्ण, कालियामर्दन अशी अनेक शिल्पे. भव्य दिव्य. त्या रेखीव शिल्पांच्या दर्शनानं भारावून जावं आणि विस्मयचकित होऊन नुसतं पाहत राहावं. वेळ कमी असल्यानं आम्ही फक्त कैलास लेणी पाहिली. नंतर जर्जरी बाबाच्या दर्ग्याची वाट धरली.

वेरूळ लेणी ज्या डोंगरात खोदली आहेत, त्या डोंगरातूनच ही डोंगर चढणीची वळणावळणाची वाट जात होती. या वाटेने अडीच-तीन किलोमीटर अंतरावर डोंगरामाथ्याच्या पठारावर जर्जरी बाबाचं ठाणं होतं. आता भर दुपार झाली होती. त्यात डोंगर चढणीची वाट अन अडीच-तीन किलोमीटरचं अंतर. आधी अवघड वाटलं. पण आम्ही जसजसं उंच जात होतो, तसतसा मोकळा गार वारा अंगाला सुखावत होता. दुपारच्या उन्हाची तीव्रता अजिबात जाणवत नव्हती. चालता चालता आई म्हणालीसुद्धा, "पाहा आपल्याला देवाच्या दर्शनाला जायचं म्हणून दुपारचं ऊनसुद्धा कस शितळ वाटतं!" डोंगरचढणीच्या रस्त्यावरचं मोकळं वारं अंगावर घेत तो वळणावळणाचा रस्ता आम्ही अर्ध्यापाऊण तासात सहज हसतखेळत चढून गेलो.

डोंगराची चढण संपल्यावर समोर विस्तीर्ण पठार लागले. या पठारावरच जवळजवळ बिघाभर जागेवर जर्जरी बाबांचा दर्गा. सभोवताली उंच भिंती. आत दर्ग्याची इमारत आणि इतरही वास्तू. आवारात मोठमोठे वृक्ष. त्यांची दाट गार

सावली. कमालीची नीरव शांतता आणि स्वच्छता. मन अगदी प्रसन्न झाले. डोंगर- चढणीचा रस्ता चढून काहीशी शिणलेली आमची शरीरं तिथल्या प्रसन्न वातावरणानं उल्हसित झाली. शीणभाग कुठल्याकुठे पळाला. या दर्ग्यावरही आईनं आमच्या हातून शाल चढवली. प्रसाद, फुलं वाहिली. या दर्ग्याच्या ठिकाणी स्त्रियांना आत दर्ग्याजवळ प्रवेश नाही. म्हणून आम्ही दरवाजात बसूनच जोडीजोडीने आशीर्वाद घेतला. त्या प्रसन्न वातावरणात थोडा वेळ आम्ही विश्रांती घेतली. कमाल अमरोही यांच्या प्रसिद्ध 'पाकिझा' या चित्रपटाचं काही शूटिंग या दर्ग्यावरच झालं असल्याचं कुणीतरी सांगितलं. त्यामुळे दर्ग्याबद्दलचं आकर्षण आणखी वाढलं. दर्ग्याचं दर्शन घेऊन व जरा वेळ थांबून आम्ही पुन्हा त्याच वाटेने परत फिरलो. आता वाट उतरणीची असल्याने आणि ऊनही कमी झाल्याने खूप कमी वेळात आम्ही अंतर पार करून वेरूळात आलो. वेरूळ येथून मग बैलगाडीने आमचा परतीचा प्रवास सुरू झाला. दिवेलागणीला आम्ही मामाच्या गावी सुखरूप पोचलो. जेव्हा जेव्हा औरंगाबादला यावं, तेव्हा तेव्हा हा पायी केलेला प्रवास आठवल्याशिवाय राहत नाही. आताही इतक्या दिवसांनंतर या आठवणी मनाच्या नभांगणात रुंजी घालून गेल्याच!

मामाच्या गावाला जायचे तर औरंगाबादला गाडी बदलावी लागते. औरंगाबादपासून पंचवीस ते तीस किलोमीटर अंतरावर देवाची अंबारी नावाचं गाव आहे. या गावापासून आत दोन-तीन किलोमीटर अंतरावर मामाचा गाव लाड-वडगाव. देवाची अंबारी हे गाव औरंगाबाद-वैजापूर रस्त्यावर, म्हणून औरंगाबादहून वैजापूर गाडीने मी आधी देवाची अंबारी येथे गेलो. आधी येथून लाड-वडगावला जायचं, तर पायी किंवा बैलगाडीने जावं लागत असे. आता मात्र रिक्शा होत्या. देवाच्या अंबारीहून मामाच्या गावी जायला मी रिक्शात बसलो तशी मनात हुरहुर दाटून आली. वीस-पंचवीस वर्षांनंतर आता मामाच्या गावाला जातोय! कसा असेल मामाचा गाव? आपल्या आठवणीतल्या सारखा? की बदलला असेल? दुष्काळात उद्ध्वस्त झालेल्या संत्री-मोसंबीच्या बागा पुन्हा बहरल्या असतील का? मामाच्या घरासमोरचा चौक, विठ्ठल-रखुमाईचे मंदिर असून तसेच असेल का? संध्याकाळी पहिल्यासारखीच गर्दी तेथे जमत असेल का? एक ना अनेक प्रश्न, मनात नुसतं काहूर होतं. मी असा हुरहुरल्या अवस्थेतच होतो, तेव्हाशी रिक्शा मामाच्या गावाला पोचली. गावोगावी गावाच्या वेशीबाहेर वाड्या-वस्त्या झाल्या, तशी मामाच्या गावाच्या वेशीबाहेरही बरीच वस्ती झाली होती. रिक्शा स्टँडजवळ एक लहानसं हॉटेलसुद्धा होतं. मी ज्या

लग्नसमारंभासाठी वीस-पंचवीस वर्षांनंतर मामाच्या गावी आलो होतो, तो लग्नसमारंभ या हॉटेलच्या पाठीमागेच जरा अंतरावर असलेल्या मराठी शाळेच्या आवारात संपन्न होणार होता. मी मामाच्या गावी पोचलो, तेव्हा दुपारचे जवळजवळ १२ वाजले होते. म्हणजे लग्नाची वेळ झाली होती. नवरदेव पारावरून वाजतगाजत मंडपात येत होता. म्हणून मग मी हॉटेलवरूनच पाणी घेतलं, तोंड वगैरे धुतलं आणि हॉटेलवरच चहा घेऊन लग्नसोहळ्यासाठी मंडपात उपस्थित झालो. लग्नसोहळा आणि नंतरच्या जेवणावळी धामधुमीत पार पडल्या. जेवणं झाल्यावर वऱ्हाड आपआपल्या सोयीनं गावात पांगलं. माझ्यासमोर मात्र यक्षप्रश्न उभा राहिला. आता जावं तर कुठे जावं? मामाचं हक्काचं घर तर नव्हतंच. राघवमामाही गाव सोडून गेलेला. पर्वतमामा कधीच वारला होता. त्याची पोरं व्यवसायाच्या निमित्ताने पांगलेली. वासूमामालाही स्वर्गवासी होऊन बरेच दिवस झाले होते. नाही म्हणायला वासूमामाची बायको राधामामी होती. राधामामीला भेटायची तीव्र इच्छा होतीच. म्हणून मग राधामामीला भेटण्याच्या निमित्ताने वासूमामाकडेच जाऊ म्हणून जड पावलांनी गावाकडे निघालो. मामाचं घर ज्या चौकात होतं, त्या चौकात आलो. चौक तसाच होता. पण मामाचं घर...? आठवणीतलं मामाचं घर पार पुसून गेलं होतं. घरासमोरचा मोठा मोकळा ओटा— ज्यावर आम्ही दिवसभर हुंदडायचो, संध्याकाळी दिवेलागणीला अंगतपंगत जेवायचो, रात्री अंगावर वाकळी पांघरून कधी भुताखेताच्या, राजाराणीच्या गोष्टी करत तर कधी आभाळातल्या चांदण्या ढग पाहत झोपी जायचो, तो ओटा आता नव्हता. मामाचं जुनं घर पाडून तेथे आता नवीन दुमजली रंगीत घर बांधलं होतं. राघवमामाच्या घराचं रूपही पार पालटून गेलं होतं. या रूप पालटलेल्या नव्या घरांशी माझं नातं असण्याचं काही कारण नव्हतं. मी एकदम उदास उदास झालो. मनाचा हिय्या करून मी तसाच वासूमामाच्या घरी गेलो. राधामामी, तिचा दत्तक पोरगा घरीच होते. पण तेथेही माझं स्वागत खूपच थंड, शुष्क कोरडं झालं. वासूमामाच्या घरी माझ्या आधीच कुणी एक पाहुणा बसलेला होता. त्याच्यासोबत मलाही लिंबूसरबत भेटलं. पण तिथल्या एकूणच थंड कोरड्या स्वागतानं माझ्या काळजावर ओरखडे पडले. मला ते सरबत नुसतं बेचव वाटलं. वाटलं होतं, वीस-पंचवीस वर्षांनी मामाच्या गावाला जातोय; तेव्हा आपल्या येण्यानं राधामामी पार हरखून जाईल. आतुरतेनं आईची, साविची विचारपूस करील! नानूचं काय चाललं? तिची तब्बेत बरी असते का? सावि कशी आहे? मुलं कशी आहेत? पण ओढ, आतुरता, उत्सुकता यांचा लवलेशही तिच्या ठायी दिसत नव्हता, जाणवत नव्हता. वाटलं,

हीच का ती राधामामी, जिच्या जिव्हाळ्यानं ओथंबल्या ओल्या प्रेमळ वर्षावात जीव गुदमरून जायचा. हीच का ती राधामामी, जी मामा गाव सोडून जायला निघाला, तेव्हा सावि माहेरच्या सुखाला पारखी होणार म्हणून रडणाऱ्या आईचं सांत्वन करत म्हणाली होती, "येड्याच आहेती बाई तुम्ही. आपला भाऊ गाव सोडून आपल्या सोबत यिऊन राह्यला म्हनून सावि माहेरच्या सुखाले पारखी व्हयीन, आसं काहून मनात आनता तुम्ही? तुमचा एक भाऊ गेला गाव सोडून तं झाल? आम्ही बाकीचे समदे आहोत ना इटी. मी आनत जाईन साविला आखाजी दिवाळीला माहेरपनाला. ती एक पोर का जड व्हाया लागली का आम्हाला?" असं म्हटली होती. कुठे ती दुथडी भरून वाहणाऱ्या नदीसारखी चिंब राधामामी आणि कुठेही पाणी आटलेल्या नदीसारखी शुष्क कोरडी राधामामी? मी अस्वस्थ, बेचैन झालो. माझं तिथे लक्ष लागेना, जीव रमेना. मी वासूमामाच्या त्या दत्तक मुलाला म्हटले, "नामा, मला वसंतामामाला भेटायला जायचं आहे. कढेगावाला गेलो म्हणजे अनायसे सोमनाथमामाची पण भेट होईल. अगदी लहान पाच-सात वर्षांचा होतो, त्या वेळी कढेगावला गेलो होतो. नंतर मामाच आमच्या गावी तिकडे राहायला आल्यानं गेल्या वीस-पंचवीस वर्षांत इकडे येणंच झालं नाही. म्हणून मला कढेगावचा रस्ता काही माहीत नाही. तेवढा रस्ता तरी दाखवून दे." त्यावर नामा उपचारापुरता औपचारिकपणे म्हटला, "आता इतक्या दिवसांनी आलात, तर थांबा की रातभर. उद्याच्याला सकाळी आंघोळ करून चहा घेऊन जा कढेगावला." मी अर्थातच नाही म्हणालो.

कढेगाव म्हणजे साविचं आजोळ. मामीचं माहेर. तसेच आईच्याही मावशीचं गाव. कढेगावला साविचा मामा वसंतमामा आणि माझा मावसमामा सोमनाथमामा राहत होते. राघवमामाही कढेगावलाच राहायला गेला होता. कढेगाव मामाच्या गावापासून दोन-तीन किलोमीटर अंतरावर. मी पाच-सहा वर्षांचा असताना आईसोबत मामाच्या बैलगाडीवर एकवेळ कढेगावला गेलो होतो. झुळझुळ नदीकाठी वसलेला गाव, उंच ओट्याचं सोमनाथमामाचं घर अन् धाब्यावर बसून सगळ्यांनी मिळून खाल्लेली शेंगदाणे आणि गुळाची चिकी एवढंच काय ते आता अंधूक आठवतं. इथे मामाच्या गावाला जीव रमत नाही. कुठे कुणाच्या घरी जावं, थांबावं असं मन घेत नाही म्हटल्यावर कढेगावला रात्रभर मुक्कामाला जाण्याशिवाय माझ्याकडे पर्यायच नव्हता. औपचारिकपणे मुक्कामाचं म्हणून वासूमामाचा मुलगा मला कढेगावचा रस्ता दाखवून देण्यासाठी तयार झाला. घराबाहेर चौकात आल्यावर मी आता राघवमामाच्या घराकडे पाहिलं. तेथेही

आता नवीन घर उभं राहिलं होतं. मला राघवमामाचं आठवणीतलं जुनं घर आठवलं अन पाठीवर केस मोकळे सोडून आणि पाठ उघडी टाकून ओट्यावर सकाळचं कोवळ ऊन खात बसलेली चुलतआजी क्षणभर डोळ्यांसमोर तरळून गेली. माझं काळीज गलबलून आलं. डोळ्यांत आसू आले. डोळ्यांत कचरा गेल्याच निमित्त करून मी डोळे पुसले. मामाच्या मुलासोबत चालत गेलो. गावाच्या बाहेरून जाणारी एक पायवाट दाखवत तो म्हणाला,

"दाजी, या वाटनं नीऽट जावा. डावीउजवीकडं वळायचं काम नाही. ही वाट नीऽट कढेगावातच जाते बघा."

"बरं, जातो मंग मी आता."

"आता जावा. पन उद्याच्याला परत जाताना या बरं का! मग म्या जाऊ का आता माघारी?"

"हो. मी जाईन आता. तू जा परत."

मामाचा मुलगा परत गेल्यावर त्या माझ्यासाठी जवळजवळ अनोळखी वाटेवर मी एकटाच चालायला लागलो. थोडंसंच अंतर चालून गेल्यावर मी मागे वळून पाहिलं. मामाचा मुलगा निघून गेला होता आणि समोर मामाचा गाव उभा होता. गावाकडे पाहत मी क्षणभर उभा राहिलो. मनात आणखी गलबलून आलं. वाटलं, "हाच का तो गाव जेथे आपण कधीकाळी हसलो, बागडलो; हेच का ते गाव ज्यानं आपल्यावर कधी काळी लाडाकौतुकाचा, प्रेमाचा वर्षाव केला, पायघड्या घालून मिरवलं? तो मामाचा गाव हा नाही. हा गाव दुसराच आहे. आपल्या आठवणीतला तो मामाचा गाव हरवून गेलाय." मला तो गाव एकदम परका परका वाटायला लागला. त्या अनोळखी सुनसान वाटेवर पोरकं पोरकं वाटायला लागलं. माझ्या डोळ्यातून आता घळाघळा आसू वाहायला लागले. घडीभर उभं राहून मी मनसोक्त रडून घेतलं. काळजातले पोरकेपणाचे कढ ओसरल्यावर मी आसू पुसले. वाटेवरच्या एका विहिरीवरच्या हौदातल्या पाण्यानं तोंड, हात, पाय धुतले. मनसोक्त रडून घेतल्यानं मला जरा मोकळं वाटत होतं. तोंड, हात, पाय धुतल्यानं ताजंतवानंही वाटायला लागलं. आता जवळजवळ पाच वाजायला आले होते. ऊन शितळलं होतं. हवेत गारवा आला होता. घाटावरच्या त्या गोड गुलाबी हवेतल्या गारव्यानं माझ्या चित्तवृत्ती प्रफुल्लित झाल्या. मग शेतं-वाड्या, मळे-तळे, झाडं-पाखरं यांचा आनंद घेत मी कढेगावच्या वाटेवरून चालायला लागलो. उन्ह उतरणीची रम्य वेळ, हवेतला गोड गारवा, पाखरांची किलबिल या सर्वांमुळे दोन-तीन किलोमीटर अंतराची वाट

केव्हा संपली, कळलेसुद्धा नाही. पस्तीस-चाळीस मिनिटांतच मी कढेगावच्या नदीच्या अलीकडच्या किनाऱ्यावर आलो. पलीकडच्या किनाऱ्यावर कढेगाव. लहान असताना आलो होतो, तेव्हा नदी झुळझुळ वाहत होती. आता मात्र नदीचं पात्र कोरडं होतं. नदी ओलांडून मी कढेगावात आलो. गाव अगदीच छोटंसं टुमदार. आल्या आल्या वसंतमामा, सोमनाथमामा यांनी आपुलकीनं, जिव्हाळ्यानं माझं स्वागत केलं.

सोमनाथमामाचं उंच ओट्याचं घर इतक्या वर्षांनंतरही जसंच्या तसं होतं. ते आठवणीतल्या घरासारखं घर पाहून माझं मन सुखावलं. सोमनाथमामानं गावाला लागून असलेल्या आपल्या मळ्याच्या शेतात नवं सिमेंट कॉंक्रीटचं स्लॅबचं मोठं ऐसपैस घर बांधलं होतं. जुन्या घरी चहापाणी झाल्यावर आम्ही मग शेतमळ्यातल्या नव्या घरी गेलो. गावाला लागूनच असलेल्या शेतमळ्यातलं ते ऐसपैस घर खूपच छान वाटलं. घराच्या पुढे पाच-सात मोठमोठी सावलीची झाडं. बाजूला गुरा-वासरांना बांधायची व्यवस्था. पलीकडे ट्रॅक्टरसाठी जागा आणि घराच्या पाठीमागे मोसंबीची बाग. गुरा-वासरांत, घरा-माणसांत माझं मन पटकन रमलं. रात्री जेवणं झाल्यावर बाहेरच्या ओट्यावर पट्टी टाकून आम्ही सर्व गप्पा करत बसलो. गप्पाच्या ओघात मी म्हणालो, ''दुपारी मामाच्या गावाला मला कसं परकं परकं, पोरकं पोरकं वाटत होतं. अजिबात मन लागेना की जीव रमेना.'' त्यावर सोमनाथमामा म्हनला, ''परकं अन् पोरकं वाटंल नाही तं काय? कोण आहे आता तिथं आपलं कथोकळीचं. जीव रमायला, मन लागायला आपली कथोकळीची माणसं पाहिजे असतात.''

रात्री उशिरापर्यंत आम्ही गप्पा करत होतो. सकाळी उठून चहा-आंघोळ आटोपत नाही, तेव्हाशी वसंतमामा आलाच. त्यानं आग्रह करून सकाळच्या जेवणासाठी थांबवून घेतलं. स्वयंपाक होईस्तोवर राघवमामाच्या मुलासोबत मी त्याच्या मोसंबीच्या बागेत गेलो. मोसंबीचा फळबार तोडून झाला होता, तरी नजरचुकीने मागे राहिलेली मोसंबीची पाच-सात फळं त्यानं शोधून काढली. झाडाच्या सावलीत बसून आम्ही ती फळं खाल्ली. घरी येईतो जेवणाची वेळ झाली होती. वसंतमामा जेवणासाठी माझी वाटच पाहत होता. खरंतर वसंतमामाची परिस्थिती नादारीची होती. तरीही त्यानं आत्मीयतेनं माझ्यासाठी शिरा, पुरी, वरण-भात, भजी, सांडगे, कुरड्या, कैरीचं लोणचं असा जेवणाचा बेत केला होता. साविची मामी जिव्हाळ्यानं आपुलकीनं आग्रह करून करून वाढत होती. त्यांच्या त्या जिव्हाळ्याच्या, प्रेमाच्या वर्षावानं माझं काळीज आणखी गलबलून

आलं. डोळ्यांत पाणी तरळलं. काल मामाच्या गावाला पोरकेपणाच्या जाणिवेनं डोळ्यांत असंच पाणी तरळलं होतं. पण कालच्या त्या आसवात अन आजच्या या आसवांत किती फरक होता! कालच्या आसवात उपरेपणाचा सल होता, तर आजच्या आसवांत आपलेपणाचा जिव्हाळा.

दुपारी परत निघायच्या वेळेला सर्वजण मला निरोप द्यायला आले. घरी परत यायचं तर परत मामाच्या गावाला यावं लागलं. आता कढेगावाहून मामाच्या गावाला येताना राघवमामाचा मुलगा माझ्यासोबत होता. काल या वाटेवरून मी एकटाच गेलो होतो. आज परतताना राघवमामाचा मुलगा सोबत होता. त्याच्या संगतीनं दुपारचं ऊनही शितळ वाटलं. बोलत चालत आम्ही परत मामाच्या गावाला आलो. पण आता या वेळी मी गावात कुणाच्याही घरी गेलो नाही. मला आणखी माझ्या काळजावर ओरखडे ओढून घ्यायची इच्छा नव्हती. आम्ही दोघं सरळ आलो ते स्टँडवर.

रिक्शात बसून मामाचा गाव मी जेव्हा सोडला, तेव्हा एक कथोकळीचा गाव परका झाल्याचं काळजातलं दुःख आसवं होऊन माझ्या डोळ्यांतून ठिबकत होतं.

◻◻

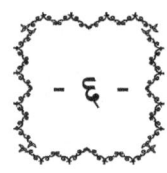

- ६ -

लेणं ल्याले दिवस

बी. एस्सी. फायनलचा निकाल लागला. बी. एससी झालो. खूप हलकं- हलकं मोरपिसी वाटायला लागलं. म्हटलं चला, आता संपली एकदाची शाळा, अभ्यास, परीक्षा यांची कटकट. आपण सहा-सात वर्षांचे असतो, तेव्हापासूनच ही शाळा, अभ्यास, परीक्षा यांची नकोशी वाटणारी कटकट सुरू होते. पुढे तब्बल पंधरा-सतरा वर्षं ती सुरूच असते. आता बस् नोकरी, पगार अन् मौज. त्या काळात १९७५ साली किमान विज्ञानाच्या पदवीधराला तरी नोकरीची वानवा नाही, अशा भ्रमात मी होतो. तशा अनेक संधी उपलब्ध होत्या. मोठमोठ्या शहरांतील केमिकल कंपन्यांमध्ये, मेडिकल रिप्रेझेंटेटिव्ह (एम. आर.) म्हणून वगैरे. नाहीच म्हटलं तर मग माध्यमिक शाळेत होतीच मास्तरची नोकरी. माझ्यासारखी खेड्यातली पदवीधर मुलं, शहरात कंपन्यांमध्ये जाऊन नोकरी करण्यास सहसा उत्सुक नसत. कारण मुळात शहरात कुणी ओळखीचं नसे आणि शहरात जाऊन खोली करून राहायचं, तर तशी आर्थिक परिस्थितीही मजबूत नसे. म्हणून मग आम्ही खेड्यातली मुलं इतर कुठल्याही नोकरीपेक्षा माध्यमिक शाळेतील मास्तरकीच्या नोकरीला प्रथम प्राधान्य द्यायचो. नाहीच कुठे काही, तर मास्तरकीची नोकरी तरी हमखास मिळेलच, असा माझा ठाम विश्वास होता. पण जेव्हा मी माझी प्रमाणपत्रं घेऊन नोकरीच्या शोधात बाहेर पडलो, तेव्हा माझा पुरता भ्रमनिरास झाला. माध्यमिक शाळेतील शिक्षकाची नोकरीसुद्धा

सहज उपलब्ध होईल अशी परिस्थिती राहिली नव्हती. त्याला कारण होतं, बदललेला नवीन शैक्षणिक पॅटर्न.

मी एस. एस. सी झालो तेव्हा अकरावीच्या वर्ग एस. एस. सी. होता (११+४ पॅटर्न); पण मी एस. वाय. बी. एससी. ला असतानाच शैक्षणिक पॅटर्न बदलला व दहावीचा वर्ग एस. एस. सी. झाला (१०+२+३ नवीन पॅटर्न). त्यामुळे झाले काय की, प्रत्येक माध्यमिक शाळेतील कमीत कमी एक अकरावीचा वर्ग कमी झाला. त्यामुळे प्रत्येक शाळेतून किमान एक-दोन, मोठ्या शाळेतून जास्तही शिक्षक अतिरिक्त झाले. या अतिरिक्त शिक्षकांना काम नसले, तरी पगार मात्र द्यावा लागत असे. म्हणून शिक्षण खात्याने अशा अतिरिक्त शिक्षकांची एक यादीच (सरप्लस यादी) तयार केली. आता कोणत्याही शाळेत नवीन शिक्षकासाठी जागा रिक्त झाली, तर त्या शाळेने या यादीतूनच शिक्षक भरावा, असे शासकीय बंधन आले. त्याशिवाय नवीन शिक्षकाच्या नेमणुकीला मान्यताच मिळत नसे. म्हणून कुठल्याही शाळेत शिक्षकाच्या नोकरीसाठी गेलो की, पहिला प्रश्न राहायचा, ''सरप्लस यादीतले आहात का?'' ही 'सरप्लस यादी' नव्याने शिक्षकाच्या नोकरीसाठी धडपडणाऱ्यांना पुढे तब्बल दोन-तीन वर्षं नडली. शाळांतून तुकड्या वाढत गेल्या, खेड्याखेड्यांतून नवीन शाळा उघडल्या आणि 'सरप्लस यादी'तील शिक्षक सेवेत सामावले गेले, तेव्हा कुठे नवीन लोकांना शिक्षक म्हणून नोकरी देणाऱ्या संधी उपलब्ध झाल्या. परंतु तोपर्यंत मध्यंतरीचा दोन-तीन वर्षांचा काळ संघर्षाचाच होता आणि नेमक्या त्या काळात मी पदवीधर झालो होतो. त्यामुळे मला शिक्षकाची नोकरी उपलब्ध झाली नाही. विज्ञानाचा पदवीधर असूनही मी घरीच बसून होतो.

माझा एक मित्र म्हणाला, ''एवीतेवी तू घरीच तर बसून आहे. मग पाचवी-सातवीच्या मुलांच्या शिकवण्या का घेत नाहीस? तेवढाच रोजचा चहापाण्याचा, वर्तमानपत्राचा खर्चतरी भागेल.'' त्या वेळी निदान खेड्यात तरी शिकवण्यांचे एवढे प्रस्थ नव्हते. अजूनही फारसे नाही. शहरात आजकाल तर क्लासेसवाले खोऱ्याने पैसा जमा करतात. पण खेड्यात? खेड्यात शिक्षणाविषयी पालकांमध्ये एवढी आस्था नाही. शिक्षणातील जीवघेण्या स्पर्धेबाबतही त्यांना एवढी जाण नाही. मुलांच्या शिकवणीचा खर्च त्यांना वायबार खर्च वाटतो. मला शिकवणीचा सल्ला देणारा माझा मित्र मारवाडी होता. मारवाडी समाज नाही म्हटले तरी तुलनेने प्रगत व सधन. त्यांना शिक्षणाचे महत्त्व कळलेले. त्यामुळे माझ्या मित्राच्या ओळखीतून व सहकार्याने मला पाच-सहा मारवाडी मुलांच्या शिकवण्या

मिळाल्या. एका महिन्याच्या शिकवणीचे एका मुलाकडून दहा-पंधरा रुपये मिळायचे. बुडत्याला काडीचा आधार. दोन पैसेदेखील मिळत अन् खायला उठणारा रिकामा वेळही त्या पाचवी-सातवीच्या मुलांमध्ये मजेत जायचा. दरम्यान मी नोकरीसाठी जाहिराती पाहून वेगवेगळ्या ठिकाणी अर्ज पाठवत होतो. मध्येच मला नासिक येथून एम. आर च्या मुलाखतीसाठी बोलावणे आले. शिकवणीचे १००-१२५ रुपये माझ्याकडे जमलेले होते. म्हटलं चला, घरच्यांकडून पैसे मागण्याची गरज नाही. तेव्हा जाऊन येऊ मुलाखतीला. दुसऱ्या दिवशी सकाळी आठ वाजता मुलाखतीची वेळ होती. आदल्या दिवशी संध्याकाळी मी आमच्या गावाहून जामनेर-पाचोरा (पी. जे. गाडी) गाडीने नासिकला जायला निघालो. पीजे गाडीने आधी पाचोऱ्याला आणि मग पाचोऱ्याहून दहा वाजता नासिकसाठी मोठी गाडी (एक्सप्रेस) होती. एक्सप्रेस गाडीत बसण्याची आणि नासिकला जाण्याची माझी ती पहिलीच वेळ. पदवीधर असूनही माझा जीव धाकधुक करत होता. गर्दीत जीव मुठीत धरून आणि अंग चोरून मी मोठ्या गाडीने माझा प्रवास केला. गाडी नासिक रोडला आली, तेव्हा सकाळचे साडेतीन-चार वाजले होते. सकाळ व्हायला अजून बराच वेळ होता. मग सकाळ होईपर्यंत प्लॅटफॉर्मवरच थांबलो. वेळ घालवण्यासाठी वर्तमानपत्र घेतलं. सुदैवाने थंडी फारशी नव्हती. उजाडल्यावर सकाळी रेल्वेस्थानकावर जुजबी तोंड धुतलं, चहा घेतला आणि तसाच मुलाखतीसाठी निघालो. संध्याकाळी सात वाजेपासूनचा प्रवासाचा शीण. त्यात रात्रभरचे जागरण. अंघोळ नाही. नासिकला जवळचे असे परिचित कोणी नाही. लॉज खिशाला परवडणारा नाही. मग कुठे करणार आराम अन् कुठे करणार अंघोळ? निघालो तसाच बिना अंघोळीचा भामराभूत मुलाखतीला. पदवी घेतल्यानंतरचा बेरोजगारीच्या अवस्थेला काळ तो. अंगावर जे होते ते त्यातल्या त्यात बरे कपडे घातलेले. रात्रीच्या प्रवासाने त्यांचीही माझ्यासारखीच अवस्था झालेली. माझा अवतार पाहूनच मुलाखत घेणारे जे काय समजायचे ते समजले. मुलाखतीसाठी आलेली इतर मुलं अगदी फ्रेश. सूट, बूट, टाय लावून आलेली. इतर मुलांची वेगवेगळ्या भागांसाठी एम. आर म्हणून फटाफट नेमणूक झाली. माझ्या पदरात अर्थातच निराशा. काटकसर करून जमवलेले शिकवणीचे शंभर-सव्वाशे रुपये खर्च करून आणि निराशा पदरात घेऊन मी नासिकहून हात हलवत परत आलो.

घरची तशी शेती होती. पण शेतात कधी काम केलेले नाही. शेतात राबण्याचा सराव नव्हता आणि तशी दणकट तब्येतही नव्हती. पदवीधर होईपर्यंत

घरच्यांनी शेतात कधी कामावरच्या माणसाची न्याहरी घेऊनसुद्धा पाठवलं नव्हतं. त्यामुळे शेतात जाऊन काम करणं शक्यच नव्हतं. मग दिवसभर असंच. रिकामपणचे उद्योग. रोजचं वर्तमानपत्र आणावं, वाचावं. जाहिराती पाहाव्यात. नोकरीसाठी अर्ज करावा. मुलाखतीसाठी बोलावलं आणि जाणं सोयीचं असलं तर जाऊन यावं. नोकरी काही मिळत नव्हती. पाचवी-सातवीच्या पाच-सात पोरांची शिकवणी होती. पण त्यात पुरेसं मन रमेना. या काळातच माझी औरंगाबदच्या दै. अजिंठा या वर्तमानपत्राकडून 'वार्ताहर' म्हणून नेमणूक झाली. तेवढाच विरंगुळा. बातम्या मिळवायच्या, लिहून पाठवायच्या. लेखनाचा एवढा-तेवढा छंद होताच. पण 'वार्ताहर' म्हणजे नोकरी थोडीच होती? मानसेवी सेवा ती. त्यांवर चरितार्थ थोडाच चालतो? मी अस्वस्थ होतो. विज्ञानाचा पदवीधर असूनही दिवसभर मी कामाशिवाय नुसताच रिकामा बसून होतो. हा रिकामा वेळ घालवणं म्हणजे नुसता वैताग. नोकरीसाठी अर्थातच मी धडपड करत होतो. पण गावातल्या गावात घरी बसून, कुठल्याही मातब्बर ओळखीशिवाय केलेल्या माझ्या धडपडीला तरी असा कितीसा अर्थ होता? बाहेर एखाद्या मोठ्या औद्योगिक शहरात जाऊन धडपड करावी, तर तशी आर्थिक परिस्थिती नव्हती आणि कुणी जवळचं नातेवाईकही शहरात नव्हतं. दिवसामागून दिवस अन् महिन्यामागून महिने जात होते. जसजसे दिवस जात होते, तसतसा मी आणखी उदास होत चाललो होतो. ''आपण काय विज्ञानाचे पदवीधर! आपल्याला कोण नाही देणार नोकरी?'' ही माझी मिजास पार उतरली होती. आता कुठेही आणि कोणतीही, महिना दोन- अडीचशे रुपये पगाराची जरी नोकरी मिळाली, तरी ती करायची अशा केविलवाण्या अवस्थेला मी आलो होतो.

ऑगस्ट १९७५ मध्ये माझा बी. एससी. चा निकाल लागला होता आणि आता १९७६ चा एप्रिल उजाडला होता. पदवीधर होऊन उणापुरा आठ महिन्यांचा कालावधी उलटला होता. नेहमीप्रमाणे सकाळी ९ च्या सुमारास रोजचे वर्तमानपत्र घ्यायला बसस्टँडवर गेलो होतो. स्टँडवर आमचे माध्यमिक शाळेचे एक शिक्षक भेटले. गप्पांच्या ओघात त्यांनी सांगितले, ''अजिंठा लेण्यांत पुरातत्त्व विभागात एका विज्ञान पदवीधराची गरज आहे. जाऊन पाहा. मिळाली नोकरी तर ठीकच. नाहीतर आहोतच आपले घरी.'' त्या वेळचा एका खेड्यातल्या सामान्य शेतकरी कुटुंबातला विज्ञानाचा पदवीधर मी. पदवीधर झाल्यावर माध्यमिक शाळेत मास्तराची नोकरी करायची, हे माझं स्वप्न आणि महत्त्वाकांक्षा. यु. पी. एस. सी., एम. पी. एस. सी. अशा काही स्पर्धापरीक्षा असतात आणि त्या पास

केल्या तर क्लास वन, क्लास टू ऑफिसरच्या नोकऱ्या मिळतात, हे माझ्या गावीही नव्हते. त्यामुळे माझे जनरल नॉलेज रोजच्या वर्तमानपत्राच्या वाचनापुरतेच मर्यादित होते. पुरातत्त्व विभाग म्हणजे काय, हेसुद्धा तेव्हा मला पुरेसे माहीत नव्हते. पुरातत्त्व विभागात आपली कुठल्या पदावर नेमणूक होईल, काम काय करावे लागेल आणि पगार किती असेल, याचा काहीही अंदाज नव्हता. पुरातत्त्व विभाग हा केंद्र शासनाच्या अखत्यारीत असतो, हे समजल्यावर तर ही नोकरी आपल्याला मिळेल याची दहा टक्केही आशा मला नव्हती. कारण आतापर्यंत पाच-सात ठिकाणी तरी मुलाखती देऊन मी निराश होऊन परत आलो होतो. त्यामुळे आशेने आणि उत्साहाने मुलाखतीसाठी जावे, अशी काही परिस्थिती नव्हती. पण मुलाखतीसाठी न जाणेही तितके शहाणपणाचे नव्हते. त्यातल्या त्यात जमेची बाजू म्हणजे अजिंठा लेणी आमच्या गावापासून फार दूर नव्हती. म्हणण्यापेक्षा जवळच होती असे म्हणणे अधिक उचित. अवघ्या तेरा मैलावर. अजिंठा लेणीला जायचे तर त्यावेळी एस. टी. ने भाडे लागायचे एक रुपया तीस पैसे. म्हणजे मुलाखतीला गेलो, तर आर्थिक झळही फारशी बसणार नव्हती. शिकवणुकीचे पैसे जवळ होतेच. तेव्हा प्रयत्न करून पाहायला काहीच अडचण नव्हती. त्यामुळे वेळ वाया न घालवता सकाळी १० वाजता माहिती पडल्यावर लगेच दुपारी दोन- अडीच वाजता मी अजिंठा लेण्यांत 'बोलावणं' आल्याशिवाय मुलाखतीला जायला निघालो.

'अजिंठा लेणी' आमच्या गावापासून हाकेच्या अंतरावर. पण तरीही या आधी मी फक्त एकच वेळा अजिंठा लेणीला गेलो होतो. तेसुद्धा इयत्ता ५ वीत असताना शालेय सहलीत सहभागी होऊन. मला आठवते, त्या वेळी आमची सहल बैलगाडीने 'अजिंठा लेणी' पाहायला गेली होती. एका एका गाडीत आठ-आठ, दहा-दहा मुलं अशा सात-आठ गाड्या. त्या वेळचं वय लक्षात घेता 'अजिंठा लेण्यांचं वैभव' आमच्यासाठी बांबूच्या बेटांपुरतं सीमित होतं. कित्तापुस्ती लिहिण्यासाठी लागणारा 'बोरू' आम्हा मुलांनी तेथून, अजिंठा लेणीतून, बांबूच्या बेटांमधून तोडून आणला होता. त्याचं आम्हाला कोण कौतुक! डोंगराच्या उंच कड्यावरून कोसळणाऱ्या धबधब्याच्या रूपात आमच्या गावच्या वाघूर नदीचा उगम आम्ही तेव्हा विस्मयचकित नजरेने पाहिला होता. त्यानंतर आता तब्बल बारा-पंधरा वर्षांनी मी अजिंठा लेण्यांना जात होतो. तेदेखील लेण्यांचं वैभव पाहायला नाही, तर नोकरीच्या शोधात. नोकरी मिळणार की नाही, या प्रश्नाच्या काळजीचा 'ताण' नाही म्हटले तरी होताच. एप्रिल महिना होता. एप्रिल म्हणजे

भर उन्हाळा. आमच्या खानदेशात तर रणरण उन्हाने जिवाची जणू काहिली होते. पण त्या दिवशी कसे कोण जाणे, आभाळात तुरळक ढग होते. संथ वाऱ्यावर झुलताना सूर्यासोबत आभाळात त्यांची लपाछपी सुरू होती. त्यामुळे खाली धरणीवरही ऊन-सावलीचा खेळ सुरू होता. उन्हाची काहिली नाही म्हटले तरी काहीशी कमी झाली होती. अजिंठ्याच्या भव्य पर्वतरांगा, वळणावळणाने वाहत जाणारी वाघूर नदी आणि ऊन-सावलीच्या खेळात दंग असलेले ढग यांच्या संगतीत माझ्या गावापासून ते लेण्यांपर्यंतचा प्रवास अगदी मजेत झाला.

अजिंठा लेण्यांच्या एस. टी. तळावर उतरलो मात्र. मी अवाक होऊन नुसता पाहतच राहिलो. दुपारी तीनची सुस्त वेळ असल्यानं तळावर गर्दी तुरळकच होती. तरीही काळे-गोरे सर्व प्रकारचे देशोदेशीचे प्रतिनिधी होतेच. सभोवताली उत्तुंग डोंगर, बाजूने वळणे घेत वाहणारी वाघूर आणि मध्यभागी कोंदणात हिरा बसवावा तसा तो तळ. तळावर वर्तुळाकार परिघावर विविध शोभेच्या वस्तूंची दुकानं. एम. टी. डी. सी. चं होटेल. चित्तवृत्ती अगदी प्रफुल्लित झाल्या. आपण नोकरीच्या शोधात इथे आलो आहोत हे क्षणभर मी विसरून गेलो आणि सभोवतालचं निसर्गसौंदर्य आसुसलेल्या डोळ्यानं पाहायला लागलो. आभाळ सावलीत विसावलेले भव्य डोंगर. डोंगरावरची झाडी वसंताच्या आगमनानं पालवली-मोहरली होती. जर्द लाल फुलांनी बहरलेले गुलमोहर हिरव्या झाडीत लक्ष वेधून घेत होते. हिरवीगार बांबूची बेटं. त्यात किलबिलणारी पाखरं अन् मंद गाणं गात वाहणारा वारा. सगळंच कसं नयनमनोहर. एखाद्या कल्पक चित्रकाराच्या सिद्धहस्त कुंचल्यातून साकारलेल्या निसर्गचित्रासारखं. पंधरा-वीस मिनिटं ते सृष्टिसौंदर्य न्याहाळण्यात कशी गेली, ते समजलंही नाही. पण सृष्टीच्या सौंदर्यात असा किती वेळ मी हरवून राहणार होतो? जरा वेळानं मी माझ्या नोकरीचा विचार करायला लागलो. आपण नोकरीच्या शोधात इथे आलो आहोत, याचे स्मरण झाल्यावर मला आठवला तो माझा वर्गमित्र लक्ष्मण जगताप.

लक्ष्मण जगताप माझा शालेय वर्गमित्र. शेवटच्या बाकावर बसणाऱ्या पोरांपैकी एक. एकदम अवली पोरगं. शाळेत असताना आम्हाला संस्कृत शिकवणाऱ्या सरांना तो खूप त्रास द्यायचा. अर्थात हे संस्कृत शिकवणारे सरही होतेच तसे त्रास देण्याच्या लायकीचे. अनेक ठिकाणी नोकऱ्या करून सेवानिवृत्त झालेला हा म्हातारा माणूस. कशी कोण जाणे, आमच्या शाळेत संस्कृतचे शिक्षक म्हणून त्यांची नेमणूक झालेली होती. हे शिक्षक वर्गात आले की, खुर्चीवर स्थानापन्न होत. त्यांचं त्यांचं पुस्तक काढत. त्यांचं त्यांचं वाचन करत, त्यांचा त्यांचाच

अर्थ सांगत. मुलं आपल्या शिकवण्याकडे लक्ष देताहेत की नाही, की भलतेच काही उद्योग करताहेत, याच्याशी त्यांना काही सोयरसुतक नसे. वय झालं असल्यानं आजूबाजूच्या परिस्थितीचं त्यांना अवधान नसे. त्यात ते आणखी आपल्या वाचनात अन् अर्थ सांगण्यात दंग. मग त्यांच्या तासाला टारगट मुलं धमाल करत. त्यांना त्रास देत. या धमाल करणाऱ्या आणि त्रास देणाऱ्या मुलांमध्ये लक्ष्मण जगताप आघाडीवर असे. म्हणून संस्कृतचे सर त्याच्या 'जगताप' या आडनावावरून त्याला 'जगाला ताप' देणारा तो जगताप, असं म्हणत. असा हा आवली पोरगा. तो अर्थात एस. एस. सी. ची परीक्षा पास झालाच नाही. पण कसा कोण जाणे, 'मॅट्रिक फेल' या शैक्षणिक पात्रतेवरच तो अजिंठा लेण्यांत चौकीदार म्हणून नोकरीला लागला होता. तो अधूनमधून मला भेटायचा आणि 'लेणी' पाहायला ये म्हणून सांगायचा. पण माझे लेणी पाहायला जाणे कधी झाले नव्हते. आज असा अचानकच मी नोकरीच्या शोधात तिथे गेलो होतो. पुरातत्त्व विभाग म्हणजे नेमकं काय, हेदेखील माहीत नसलेल्या मला तेव्हा लक्ष्मण जगतापचा खूप आधार वाटत होता. चौकीदार म्हणून का होईना, माझा वर्गमित्र अजिंठा लेणित नोकरी करत होता आणि माझ्या दृष्टीने त्यावेळी ही गोष्ट खूपच दिलासा देणारी होती. मी अर्थातच सर्वांत आधी लक्ष्मण जगतापला भेटायचे ठरवले. एस. टी. तळावरून वळणावळणाच्या रस्त्याने अनेक पायऱ्या चढून लेण्यांच्या प्रवेशद्वाराशी पोचलो. प्रवेशद्वारावरील चौकीदाराजवळ लक्ष्मण जगतापची चौकशी केली. त्याने जगताप दहा नंबरच्या गुंफेवर ड्यूटीवर असल्याचे सांगितले. मी त्याचा वर्गमित्र असल्याचे सांगितल्यावर त्याने मला तिकीट मागितले नाही आणि मला न अडवता त्या स्वर्गात जाण्याची वाट मोकळी करून दिली.

छोट्याशा प्रवेशद्वारातून मी आत प्रवेश केला मात्र, स्वर्गाची अनुभूती देणारी, उत्तुंग पर्वतातली ती भव्य शिल्पकला पाहून क्षणभर अवाक होऊन नुसता पाहतच राहिलो. पहिल्या दृष्टिक्षेपातच दिव्यत्वाची प्रचिती देणारी ती लेणी पाहून मन हरखून गेलं. चौकीदाराची का होईना, इथे या स्वर्गात, लक्ष्मण जगताप नोकरी करतोय. केवढं मोठं भाग्य! लक्ष्मण जगतापचा मला हेवा वाटला. हवेत तरंगत गेल्याप्रमाणे मी लक्ष्मण जगतापला भेटायला गुंफा नं. १० वर गेलो. मला पाहून लक्ष्मणला मनस्वी आनंद झाला. त्याने हसत हसतच माझं स्वागत केलं. चौकीदारांची दुपारच्या चहाची वेळ असल्यानं चहावाला चहा घेऊन आला होता. लक्ष्मणनं मलाही चहा द्यायला सांगितलं. चहा घेऊन झाल्यावर

इकडच्या तिकडच्या औपचारिक गप्पा झाल्यावर लक्ष्मणनं मला विचारलं, ''का रे भो, आज एकटाच इकडे कुनीकडे कसा काय वाट चुकला तू, काही समजलं नही.''

लक्ष्मणच्या प्रश्नानं, मी हवेत तरंगत होतो तो जमिनीवर आलो. बेरोजगारी, नोकरीसाठी खाव्या लागणाऱ्या खस्ता यांनी मन ग्रासलं. लक्ष्मणला मी माझ्या येण्याचं प्रयोजन सांगितलं, ''पुरातत्व विभागाचं ऑफिस गुंफा नं. १५ मध्ये आहे. सिंगसाहेब तेथे प्रमुख आहेत. नोकरी द्यायची की नाही, याबाबतचा निर्णय तेच घेतील. त्यांना भेटावे लागेल.'' अशी जुजबी पण उपयुक्त माहिती लक्ष्मणने दिली. मग धडकत्या काळजाने मी सिंगसाहेबांना भेटायला गुंफा नं. १५ मध्ये गेलो. त्या दिवशी सिंग साहेब ऑफिसला आले नसल्याचे समजले. त्यांना भेटावयाचे, तर मला दुसऱ्या दिवशी सकाळी पुन्हा यावे लागणार होते. त्या दिवसाची फेरी वाया गेली होती. पण आशा अजून जिवंत होती. 'उद्या सकाळी परत येतो', असं सांगून मी लक्ष्मणचा निरोप घेतला आणि घरी आलो. त्या दिवशी बेचैनी, हुरहुर यामुळे रात्री उशिरापर्यंत मला झोप आली नाही.

दुसऱ्या दिवशी परत सकाळी ९-९॥ वाजताच लेण्यांत पोचलो. सिंगसाहेब अजून आलेले नव्हते. लक्ष्मण जगतापची ड्यूटी आज गुंफा नं. ४ वर होती. म्हणून मग मी गुंफा नं. ४ समोरच सिंगसाहेबांची वाट पाहत बसलो. डोक्यात नोकरी अन सिंगसाहेब यांच्याबद्दलचेच विचार. कुठले असतील सिंगसाहेब? मुलाखतीसाठी कोणते प्रश्न विचारतील? आपण मुलाखतीत उत्तीर्ण होऊ की नाही? आपल्याला ही नोकरी मिळेल की नाही? माझ्या नोकरीचा निर्णय सिंगसाहेबाच्या होकारावर-नकारावर अवलंबून होता. त्या वेळेपुरता तरी नोकरी आणि सिंगसाहेब याशिवाय वेगळा विचार डोक्यात नव्हता. बसल्या बसल्या मी सिंगसाहेबाचं व्यक्तिचित्रही माझ्या कल्पनेनं मनात रंगवून टाकलं. माझ्या कल्पनेतले सिंगसाहेब म्हणजे टिपिकल साहेबासारखं व्यक्तिमत्त्व. राजकपूरसारखी मोठ्या बॉटमची ढगळ पँट, इन केलेला तसाच ढगळ शर्ट, डोक्याच्या टकलावर विरळ केस, नाहीतर मग डोक्यात हॅट. हळूहळू पावलं टाकत सिंगसाहेब साहेबी थाटात येतील, अशी आपली माझी कल्पना. पण प्रत्यक्षात जेव्हा सिंगसाहेब आल्याचे लक्ष्मणाने सांगितले, तेव्हा मी सिंगसाहेबांकडे अवाक होऊन पाहातच राहिलो. सिंगसाहेब तिशी-पस्तिशीतले तरुण युवक होते. डोक्यावर काळेभोर घनदाट केस, ओठावर तशाच दाट पण व्यवस्थित कातरलेल्या मिशा, अंगात बारीक खुडीचा इन केलेला निळा बुशशर्ट, काहीशी नॅरो टाइपची काळ्या रंगाची पँट.

पायात काळ्या रंगाचाच बूट. टॉक टॉक पावलं टाकत उत्साहात वेगाने सिंगसाहेब आले. लेण्यातल्या पायऱ्या तर ते जवळजवळ धावतपळतच चढत उतरत होते. पहिल्याच नजरेत सिंगसाहेब मला उत्साह व चैतन्याचे मूर्तिमंत प्रतीक वाटले. माझ्या कल्पनेतील साहेबी प्रतिमेच्या अगदी उलट सिंगसाहेबांचे व्यक्तिमत्त्व होते. 'साहेब' असाही असू शकतो, हे त्या दिवशी पहिल्यांदा मी अनुभवले.

सिंगसाहेब ऑफिसमध्ये पोचल्यावर जरा वेळानं धडधडत्या काळजानंच मी त्यांना भेटायला त्यांच्या ऑफिसमध्ये गेलो. त्यांनी माझे बी. एससी. चे मार्कशीट पाहिले. काही जुजबी प्रश्न विचारले. सिंगसाहेब यू. पी. मधले डेहराडूनचे. हिंदी त्यांची मातृभाषा. ते हिंदीतच बोलत होते. मी विज्ञानाचा पदवीधर असलो, तरी हिंदी बोलण्याचा मला फारसा सराव नव्हता. माझी हिंदी महाराष्ट्रातल्या सर्वसामान्य मराठी माणसाच्या हिंदीपेक्षा फारशी वेगळी नसलेली अफलातून हिंदी होती. 'दिया हुआ है। किया हुआ है। लिया हुआ है।' अशा माझ्या हिंदी बोलण्याला सिंगसाहेबांनी टोकलेच. पण माझ्या कामाचे एकंदरीत स्वरूप लक्षात घेता माझ्या हिंदी बोलण्याचा मुद्दा एवढा काही आक्षेपार्ह नव्हता. त्यामुळे माझ्या हिंदी बोलण्याकडे दुर्लक्ष करून सिंग साहेबांनी मला माझ्या कामाचे आणि नोकरीचे स्वरूप समजावून सांगितले. त्यांच्या सांगण्यानुसार मला मिळणारी नोकरी म्हणजे रोजंदारीचे काम होते. फील्ड असिस्टंट म्हणून माझी नियुक्ती होणार होती. पंधरा रुपये रोजाप्रमाणे मला पगार (मजुरी) मिळणार होती. सलग सेवा होऊ नये म्हणून आठवड्यातून एक दिवस मला कम्पल्सरी सुटी घ्यावी लागणार होती. सुटीच्या दिवसाचा पगार अर्थातच नाही आणि सर्वांत महत्त्वाचे म्हणजे ज्या फील्ड असिस्टंटच्या पदावर माझी नियुक्ती होणार होती, ते पद केवळ दोन महिन्यांसाठीच निर्माण करण्यात आले होते. दोन महिन्यांनंतर ही रोजंदारीची नोकरीही सुटणार होती. सर्व समजावून सांगितल्यावर 'अशा परिस्थितीत कामावर यायचे की नाही हे तुम्हीच ठरवा', असे म्हणून कामावर येण्यासंबंधीचा निर्णय सिंगसाहेबांनी माझ्यावरच सोपवला. नाही म्हटलं, तरी मी विचारात पडलोच. एकतर नोकरी रोजंदारीची. त्यात आठवड्यातून एक दिवस कम्पल्सरी सुटी. म्हणजे नोकरीत कायम होण्याची आशा नाही आणि असे असूनही नोकरी फक्त दोन महिन्यांपुरती होती. पण मग मी लगेच विचार केला. दोन महिने तर दोन महिने. नाहीतरी आपण घरीच तर बसून आहोत. आपली दोन-अडीचशे रुपये पगारावर नोकरी करायची तयारी. येथे तर रोजंदारीने का होईना, महिना साडेचारशे रुपये पगार मिळणार आहे आणि सर्वांत महत्त्वाचे

म्हणजे दोन महिने का होईना, या स्वर्गात-अजिंठा लेण्यांत-काम करायला मिळणार आहे. जरा वेळ विचार करून मी कामावर यायला तयार असल्याचे साहेबांना सांगितले. त्यांनी दुसऱ्या दिवसापासूनच कामावर यायला सांगितलं. मी आनंदातच ऑफिसमधून बाहेर आलो. ही आनंदाची बातमी लक्ष्मण जगतापला सांगितली. त्यालाही आनंद झाला. तो मला म्हणाला, "आता उद्यापासून तू आमचा साहेब आहे." त्याचं बोलणं मी हसण्यावारी नेलं.

दुसऱ्याच दिवसापासून अजिंठा लेण्यांत पुरातत्त्व विभागात अस्थायी का होईना, फील्ड अस्टिस्टंट म्हणून मी सेवेत रुजू झालो. दोन-पाच दिवसांतच मी लेण्यांतल्या जवळपास सर्वच कर्मचाऱ्यांना परिचित झालो आणि 'पांढरे साब' म्हणून ओळखला जाऊ लागलो. रोज सकाळी ऑफिसला जाताना ठिकठिकाणी चौकीदार 'नमस्ते साब' म्हणून आदराने नमस्कार करायला लागले. त्यांच्या त्या आदरयुक्त सन्मानाने मी पुरता भारावून गेलो. परवापर्यंत नोकरीच्या शोधात वणवण भटकणारा कफल्लक बेरोजगार मी आज 'साब' म्हणून अजिंठा लेण्यांत मिरवत होतो. ऑफिसमधील सहकारीसुद्धा खूपच आपुलकीने, जिव्हाळ्याने वागणारे होते. सिंगसाहेब आमचे 'बॉस' असूनदेखील आम्हाला स्नेह्यासारखे वागवत. वेगवेगळ्या विषयांवर आमच्याशी चर्चा करत. ऑफिसमध्ये माझ्यासारखे रोजंदारीवर काम करणारे आणखी तिघं फील्ड असिस्टंट होते. पैकी एक होता गोंदकर, दुसरा मेश्राम आणि तिसरा नझीर. नझीर जवळच्याच अजिंठा गावचा. नंतर त्याने 'गाईड'चा कोर्स पूर्ण केला आणि तो अजिंठा लेण्यातच 'गाईड' म्हणून काम करायला लागला. गोंदकर अन् मेश्राम पुढे कुठे गेले आणि काय करताहेत, ते काही समजलं नाही. याशिवाय आणखी दोघं स्थायी कर्मचारी आमच्या ऑफिसमध्ये होते. त्यांपैकी एक होते सहस्त्रबुद्धे आणि दुसरे व्यास. सहस्त्रबुद्धे वयस्कर गृहस्थ होते. थोड्याच दिवसांत ते सेवानिवृत्त होणार होते. पुरातत्त्व विभागात ठिकठिकाणी त्यांनी सेवा केली होती. मुंबईजवळ समुद्रात स्थित एलिफंटा केव्हजमध्ये असताना आलेला वादळी तुफानाचा अनुभव ते आम्हाला रंगवून सांगत. तुफानी वादळ, उंच उसळणाऱ्या समुद्री लाटा अशा वेळचा खवळलेल्या समुद्रावरच्या एलिफंटा केव्हज पासून ते गेट वे ऑफ इंडियापर्यंतच्या बोटीच्या प्रवासाचा चित्तथरारक अनुभव जेव्हा ते सांगत, तेव्हा अक्षरशः अंगावर काटा यायचा. "नशीब म्हणूनच वाचलो, नाहीतर त्या तुफानातून सुखरूप परत येऊ, असं कुणालाही वाटत नव्हतं." असं सांगताना त्यांच्या डोळ्यांत तरळलेलं पाणी स्पष्ट दिसे.

व्यासमहाशय फारसे वयस्क नव्हते. शिल्पकला ही त्यांची खासियत होती. आमच्या गावी नव्यानेच उभारलेल्या बौद्ध विहारात बसविण्यासाठी गौतम बुद्धाची मूर्ती तयार करण्याचे काम माझ्याच मध्यस्थीने त्यांना मिळाले होते. आमच्या गावच्या बौद्ध विहारात व्याससाहेबांनी बनवलेली गौतम बुद्धाची मूर्ती आजही विराजमान आहे.

आम्ही चौघं फील्ड असिस्टंट अस्थायी कर्मचारी आणि सिंगसाहेब, सहस्त्रबुद्धे, व्यास हे तिघं स्थायी कर्मचारी अशा सात लोकांचं आमचं छोटंसं कुटुंबच होतं. आमचे सर्वांचे एकदुसऱ्याशी संबंध स्नेहाचे होते. आमचं दुपारचं 'लंच' हा तर एक अविस्मरणीय अनुभव. आम्ही सर्व सातही लोक घरून जेवणाचे डबे आणत असू. दुपारी एकची वेळ ही 'लंच' ची वेळ होती. जेवणासाठी डायनिंग टेबल होतं. जेवणाला बसायच्या आधी हात धुवायचे तर हातावर पाणी टाकायला शिपाई. जेवण झाल्यावर हात धुवायचा तर हातावर पाणी टाकायला शिपाई. माझ्यासाठी हे सर्व चकित करणारं होतं. सर्व जेवायला बसले की, प्रत्येकाच्या डब्यातील थोडीथोडी भाजी प्रत्येकाच्या प्लेटमध्ये वाढली जायची. प्रत्येकाची भाजी वेगळी, चव वेगळी. अफलातून चवदार कॉम्बिनेशन तयार व्हायचं. सिंगसाहेब त्याला 'अजिंठा मिक्स्चर' म्हणायचे. जेवणासोबत जेवणाइतक्याच चवदार गप्पा रंगात यायच्या. जेवणानंतर लगेच दुपारचा चहा असे. दुपारच्या एक-दीड वाजल्यापासून ते दोन-अडीच वाजेपर्यंत जेवण-चहा-गप्पा असा साग्रसंगीत कार्यक्रम असे.

मी सेवेत रुजू झालो तेव्हा 'अजिंठा लेण्या' मधील गुंफा नं. १, २ आणि गुंफा नं. १६, १७ या पर्यटकांसाठी खुल्या नव्हत्या. कारण पुरातत्त्व विभागाचे काम या गुंफांमध्ये सुरू होते. अजिंठा लेण्यांमध्ये याच गुंफा महत्त्वाच्या आणि प्रेक्षणीय आहेत. ज्या चित्रांनी, चित्रकलेने अजिंठा लेण्यांला जगप्रसिद्ध असा नावलौकिक मिळवून दिला ती चित्रं आणि चित्रकला याच चार गुंफांमध्ये चितारलेली आहेत. या महत्त्वाच्या चार गुंफाच बंद आहेत म्हटल्यावर मग लांबून लांबून येणाऱ्या पर्यटकांनी पाहायचे तरी काय? लांबून येणाऱ्या पर्यटकांची निराशा होऊ नये, म्हणून या चार गुंफांमधील प्रसिद्ध चित्रं मुळाबरहुकूम चितारून चार नंबरच्या गुंफांमध्ये लावण्यात आली होती. ही मुळाबरहुकूम चित्रं काढण्याचं व रंगवण्याचं काम त्या वेळी दोन चित्रकार करत होते. एक होते उत्तर भारतातील बोकाडिया, तर दुसरे होते दक्षिण भारतातील सुब्रह्मण्यम. या गुफांमधील चित्रांची काळजी घेण्याच्या दृष्टीने या गुंफांमधील हवेच्या तापमानाचे तसेच हवेतील

आर्द्रतेचे दिवसातून सकाळ, दुपार, संध्याकाळ असे तीन वेळा मापन करून त्याची नोंद संकलित करीत असत. हे तापमाननोंदीचे व आर्द्रतेच्या मापनाचे काम आम्हा फील्ड असिस्टंट लोकांना करावे लागत असे.

तसं म्हटलं तर हे कामही इतर ऑफिसांमध्ये असतं तसंच रुटीन वर्क होतं. त्यात विशेष असं कौशल्य पणाला लावावं लागत नव्हतं की, विशेष असं नावीन्य नव्हतं. पण या रुटीन कामाला लाभलेली पार्श्वभूमी, जिला पृथ्वीवरील स्वर्ग संबोधलं जातं. ती अजिंठा लेणी मात्र नावीन्यपूर्णच होती. भारतातल्या लहानशा खेड्यापासून तर परदेशातल्या मोठमोठ्या शहरापर्यंत विविध वृत्ति-प्रवृत्तीचे, भिन्न भिन्न अभिरुचीसंपन्न असे शेकडो लोक रोज अजिंठा लेण्यांत येत. केवळ त्यांचं निरीक्षण हादेखील समृद्ध अनुभव होता. बऱ्याचदा परदेशातून आलेल्या पर्यटकांशी आम्ही आमच्या खास ग्रामीण महाराष्ट्री इंग्रजीतून बोलत असू. खूपदा आमचे उच्चार त्यांना आणि त्यांचे उच्चार आम्हाला समजत नसत. पण तरीही सुसंवाद साधण्याची आमची धडपड सुरू असे. रोज नवे लोक. रोज नवे अनुभव. हे अनुभव मला अनुभवसंपन्न बनवत होते. आणि अजिंठा लेणीतील शिल्प आणि चित्रं यांच्यातील अदभुत कलाकारी! ती तर आयुष्याला पुरून उरणारी. रोज सकाळ, दुपार, संध्याकाळ तापमानाच्या आणि आर्द्रतेच्या नोंदीसाठी जेव्हा आम्ही गुंफा नं. १, २ आणि १६, १७ मध्ये जात असू, तेव्हा तेथील शिल्पचित्रांमधील अलौकिक सौंदर्य सामुदायिक रीत्या अनुभवत असू. नझीर हा आम्हा चौघा फील्ड असिस्टंटपैकी सर्वांत जुना. अजिंठा लेण्यातील शिल्पांची आणि चित्रांची त्याला बरीच माहिती होती. पद्मपाणी बुद्ध, ब्लॅक प्रिंसेस, टॉयलेट सीन, फ्लाइंग अप्सराज अशा जगप्रसिद्ध चित्रांतील सौंदर्य तो आम्हाला उलगडून दाखवायचा, आपल्या खास उर्दू शैलीत. हे सौंदर्यपूर्ण कलात्मक अनुभव काळजात जपून ठेवण्याएवढे समृद्ध होते. गुंफा नं. ४ मध्येही लेण्यांमधील चित्रांच्या प्रतिकृती पर्यटकांच्या सोयीसाठी लावलेल्या असल्यामुळे तापमान आणि आर्द्रतेच्या नोंदी घ्याव्या लागत. तेथे लक्ष्मण जगताप ड्यूटीवर असला म्हणजे तोदेखील एखाद्या जातक कथेतील सौंदर्य उलगडून दाखवत असे. जातक कथेतील प्रसंग, त्या प्रसंगातील पात्रे, त्यांच्या चेहऱ्यावरचे हावभाव हे सगळं लक्ष्मण भान हरपून सांगायचा. आपलं निवेदन प्रभावशाली व्हावं म्हणून कथेला अनुरूप असे उर्दू शेरही अधूनमधून नजाकतीने पेश करायचा. हे सर्व सांगणाऱ्या लक्ष्मणकडे विस्मयचकित नजरेनं पाहत मी मनाशी म्हणायचो, "हाच का तो लक्ष्मण, जो वर्गात शेवटच्या बाकावर बसायचा, संस्कृतच्या तासाला धमाल

उडवून देत संस्कृतच्या सरांना त्राही भगवान करून सोडायचा?''

अजिंठा लेण्यांतील पुरातत्त्व विभागाच्या ऑफिसमधले अस्थायी सेवेचे ते साठ दिवस भरकन उडून गेले. म्हणायला सेवा होती, पण तेथे मला रोज नवे वेगवेगळे अनुभव मिळत होते. माझं अवघं आयुष्य समृद्ध बनवत होते. 'साहेबी' थाटाचे ते साठ दिवस म्हणजे माझ्या आयुष्यातले सोनेरी दिवस! उभं आयुष्य एक काळाकुट्ट मेघ आहे असं मानलं, तर हे साठ दिवस म्हणजे त्या काळ्या मेघाची रुपेरी कडा होती. म्हणूनच मी अजिंठा लेण्यांतील सेवेच्या या साठ दिवसांना माझ्या आयुष्यातले 'लेणं' ल्यालेले दिवस मानतो. एखादा किमती ऐवज मखमली कापडात लपेटून कशिदा केलेल्या नक्षीदार डब्यात घालून हळुवार हाताने तिजोरीच्या आत अगदी आतल्या कप्प्यात जपून ठेवावा, तसे हे साठ दिवस मी माझ्या काळजाच्या अगदी आत, आतल्या कप्प्यात किमती ऐवजासारखे जपून ठेवले आहेत. आयुष्यात नंतरच्या काळात मी बी. एड. केलं. मनात होतं तसा शिक्षक झालो. माझ्या शाळेत, गावात एक चांगला शिक्षक म्हणून नावलौकिकही मिळवला. फुलांचंही ओझं व्हावं, एवढं मोठं कौतुक वाट्याला आलं. खूप चांगले चांगले सहकारी वाट्याला आले; पण तरीही या साठ दिवसांच्या सेवेतील नावीन्य, वैभव, आनंद आणि संपन्नता नंतरच्या आयुष्यात मला कधीही अनुभवता आली नाही. माझ्या आयुष्याच्या वाटचालीतलं, अगदी थोडा काळ का होईना, नंदनवनातून जाणारं ते एक सुंदर वळण होतं. सगळ्यांच्याच आयुष्याच्या वाटचालीत, थोडा काळ का होईना, असं नंदनवनातून जाणारं एखादं वळण येत असेल का?

❏❏

- ७ -

दूर गेलेला गाव

जसं जसं वय वाढत जातं, तसतशी माणसाची समजूत वाढत जाते हे जेवढं खरं; तसंच जसं जसं वय वाढत जातं तसतशी वागण्याबोलण्यातली सहजतासुद्धा हरवत जाते, हेदेखील तेवढंच खरं आहे. माणूस दोन पुस्तकं जास्तीची शिकला की, मग तर विचारूच नका. इच्छा असो नसो, सभ्यतेचं (की शिष्टपणाचं) जोखड उगीचच मानेवर घेऊन त्याला वावरावं लागतं. अगदी गल्लीतून मस्तपैकी शीळ वाजवत चालत जावं, असं मनापासून वाटत असलं तरी तसं शीळ वाजवत जाणं म्हणजे सवंगपणा, असं वाटतं आणि मनातल्या ऊर्मी मनातच दाबून टाकाव्या लागतात. खेड्यातल्या शिक्षितांना तर हे जोखड पार नकोसं करून टाकतं. वागण्याबोलण्यातली सहजता हरवून सगळं वागणंबोलणं कृत्रिम बनून जातं. बिनाकामानं नाही कुठल्या गल्लीतून मोकळेपणी फिरता येत, की नाही कुठे कुणाच्याही ओसरीवर बसून चकाट्या पिटत गप्पा मारता येत. मी कॉलेजला जायला लागलो आणि तेव्हापासूनच हे जोखड माझ्या मानगुटीवर बसलं. प्राथमिक, माध्यमिक शाळेत शिकत असताना आख्खं गाव आम्हा सवंगड्यांना हुंदडायला मोकळं होतं. सोनाळपुरा असो नाहीतर मुसलमान मोहल्ला, राममंदिर असो नाहीतर मारुतीचा पार, सगळीकडे आमचा वावर अगदी सहज नैसर्गिक. कुठल्याही गल्लीत जावं, गोट्या-भवरे खेळावेत, कुणाच्याही ओसरीवर बसून चकाट्या पिटत गप्पा माराव्यात. कशाचं म्हणून काही वाटायचं नाही. बऱ्याचदा मोठी माणसं रागवायची,

कधीकधी हाकलूनसुद्धा द्यायची; पण कशाचं काही वाटत नव्हतं. कारण निरागसतेचं कवच आमच्या मनाला तेव्हा कुठलीही दुखापत होऊ देत नव्हतं. या गल्लीतून हाकललं की, त्या गल्लीत नवीन डाव मांडून आम्ही मुलं खेळत असू. आता हे सगळं माझ्यासाठी तरी इतिहासजमा झाल्यासारखं आहे. गाव माझ्यापासून दूर गेलं की, मीच गावापासून दूर गेलो, काही कळत नाही. आता माझाच गाव माझ्यासाठी परका अन् माझ्याच गावात मी पोरका.

त्यामुळे गावी रिकामा वेळ असला की, कुचंबणा होते. रिकामा वेळ खायला उठतो. वाचून वाचून पुस्तकं तरी किती वेळ वाचणार? असंच एकदा गावी रिकाम्या वेळी अजिबात लक्ष लागेना. कशातच जीव रमेना. घरात बसून नुसता कोंडमारा. म्हटलं चला, जरा शेताकडे तरी जाऊन येऊ. पायात चप्पल अडकवली अन् रमत गमतच शेताकडे जायला निघालो. शेतात जायचं म्हटलं तर अर्धा गाव ओलांडून जावा लागतो. बेलदारपुरा, सोनाळपुरा, मारोतीचा चौक अन् मग सती दरवाजातून गावाच्या बाहेर शेताच्या रस्त्यावर.

कितीतरी दिवसांनी मी आज या गल्ल्यांमधून जात होतो. शहरं कशी भराभरा बदलत जातात. खेड्यांमध्ये मात्र वर्षानुवर्षं फारसा बदल होत नाही. शहरात ठिकठिकाणी उंचच उंच इमारती नव्यानं उभ्या राहिलेल्या दिसतात. उलट, खेड्यात आहे त्या घरांचीही पडझड झाल्याचं दिसतं. खूप वर्षांनंतर माझ्या गावच्या गल्ल्यांमधून फिरताना ही पडझड नजरेत भरत होती. बेलदारपुरा अन् सोनाळपुरा यांना जोडणाऱ्या चौकातील घरांची दुरवस्था पाहून तर माझं मन पार विषण्ण, उदास झालं. लहान असताना खेळत यायचो, तेव्हा किती घवघव वाटायचा हा चौक.

श्रावण शंभो सुताराचं घर म्हणजे या चौकाचं वैभव होतं. इथूनतिथून लांबरुंद ऐसपैस पसरलेलं श्रावण शंभोचं घर. मागच्या अर्ध्या भागात रहिवास अन् पुढचा अर्धा भाग म्हणजे सुतारकामाचा कारखानाच होता छोटासा. श्रावण शंभो अन् त्याची चार मुलं— सुपडू मिस्तरी, दौलत मिस्तरी, त्र्यंबक मिस्तरी अन् भीमा मिस्तरी. चौघंही अगदी कसलेले कुशल कारागीर. गाडीच्या चाकांचा जोड बनवायचा असो, की 'कथाडे' भरायचे असो; टेबल-खुर्ची बनवायची असो, की तिफन भरायची असो; सगळ्या कामांत यांचा हातखंडा. तिफन भरावी तर श्रावण शंभोच्या पोरांनीच, असा यांचा लौकिक. गावातल्या मोठमोठ्या खटल्यांची शेतीची अवजारं बनवायचं काम श्रावण शंभोच्या खटल्याकडेच होतं. म्हणायला चार-पाच कारागीर होते; पण त्यांच्या हातांना जराही उसंत नसे.

उलट, नेहमीच दोन-पाच शेतकरी आपलं काम करून घेण्यासाठी त्यांच्याकडे नंबर लावून बसलेले असत. बसल्या बसल्या त्यांच्या गप्पा रंगत. श्रावण शंभोचं घर धाब्याचंच. घराच्या पाठीमागे मोठ्ठं पिंपळाचं झाड. त्याची सावली दिवसभर घरावर पडलेली असायची. दारी जाईच्या वेलीचा मांडव. जाईच्या फुलांचा मंद दरवळ मनाला सुखवून जायचा. त्यामुळे श्रावण शंभोच्या दारी तासन् तास बसलं, तरी कंटाळा यायचा नाही. आजूबाजूला वासला किकरं, करवत, गिरमिट अशी अवजारं अन् मध्यभागी बसून तल्लीन होऊन काम करणारे मिस्तरी. त्यांना काम करताना नुसतं पाहण्यातही एक आनंद होता. 'उद्योगाचे घरी ऋद्धी-सिद्धी पाणी भरी' या उक्तीनुसार श्रावण शंभोचं खटलं मोठं असूनही समृद्ध होतं. सुतारकीच्या कामामुळे श्रावण शंभोच्या खटल्याचे गावातल्या मोठमोठ्या शेतकरी कुटुंबांशी घरोब्याचे, जिव्हाळ्याचे संबंध होते. त्यामुळे पितृपक्षातलं साधं श्राद्धाचं जेवण असलं, तरी श्रावण शंभोच्या घरी पाच-पन्नास माणसं पंगतीला असायची. अशाच एका पंगतीला बाबांच्या सोबत मी श्रावण शंभोच्या घरी जेवायला गेल्याचं आठवतं. आज त्या चौकाची, श्रावण शंभोच्या घराची काय अवस्था होती?

घराच्या पुढच्या ज्या भागात सुतारकीचं काम चालत असे, तो भाग तर ओस पडला होता. मागच्या भागात जेथे रहिवास होता, त्या भागाचीही बरीच पडझड झाली होती. तुऱ्हाट्या-पऱ्हाट्याच्या कुडानं घराची पडझड सावरण्याची केविलवाणी धडपड दिसत होती. दारापुढच्या जाईच्या मांडवाचा कुठे मागमूस दिसत नव्हता. श्रावण शंभोच्या घराची पार रया गेली होती, ज्या श्रावण शंभोच्या घरामुळे चौकाला रया आली होती. त्या घराचीच रया गेली म्हटल्यावर चौकाचीही तीच गत. श्रावण शंभोच्या पोरांनी आपल्या कुशल कारागिरीनं तयार केलेली शेतीची नवीकोरी करकरीत अवजारं चौकातल्या घरांच्या भिंतींच्या आधारानं लावलेली असायची, तेव्हा या भिंती कशा वैभवसंपन्न वाटायच्या! आता अवजारांविना या भिंती सुन्यासुन्या वाटत होत्या. चौकात घोळक्यानं बसून गप्पात रंगलेली माणसं नव्हती की, आपल्याच सुतारकामात तल्लीन झालेली श्रावण शंभोची पोरं. नाही म्हणायला श्रावण शंभोचा नातू नारायण आपल्या घराच्या पडक्या भिंतीशेजारी पिंपळाच्या सावलीत बसून तुटक्या खाटेचं मोडकं गात तासून बसवताना दिसला. शेजारी त्याच्या तुटपुंज्या अवजारांची तरटाची पिशवी त्याच्या हलाखीची जाणीव करून देत होती. विषण्ण मनानं हे सर्व पाहत असताना माझे पाय चौकात जरा रेंगाळले. मला असं रेंगाळलेलं पाहून नारायण म्हणाला, "रामराम सर, आज कुकडी दिवस निंघला बापा? कधी येता नही इकडी ह्या

गल्लीत. मी तं म्हनतो लय जमाना झालाशील तुम्हाले इकडी ह्या गल्लीत याले.''

''खरं आहे नारायणा! लऽय दिवस झाले या गल्लीत याले. दिवस काय, वर्सं झाले. बिनाकामानं गावात इकडेतिकडे गल्लीबोळांत फिरणं बरं वाटत नाही नारायणा, आता. आज घरात मन लागेना. म्हटलं चला, जाऊन येऊ जरा शेताकडे, म्हणून आलो; पण लय उदास झालं गड्या मन. काय नांदत व्हतं नारायणा तुमचं घर श्रावण शंभोच्या काळात! सुतारकामाचा तं कारखानाच व्हता लहानसा. आता पार रया गेली.''

''काय करता सर? टाईमच तसा आला. लाकडाचा जाऊन लोखंडाचा जमाना आला. धाब्याचे घरं गेल्हे, स्लॅबचे घरं आले. शेतीची अवजारं, खाटा-बाजा समदंच लोखंडाचं झालं. पह्यल्यासारखं काम भेटेना. खानारे तोंडं वाढले. पुढे पुढे तं हातातोंडाची गाठ पडयालेबी मारामार व्हयाले लागली. मंग कोन्ही गेल्हं साल्याकडे, कोन्ही बहिनीकडे. पण काही नही सर. कुठीबी जा, पळसाले पानं तीनच. काके-चुलते तिकडी गेल्हे अन् तिकडीच देवाघरी गेल्हे. मह्या बापालेबी तीन वर्सं झाले मरून. किती मेंबर व्हते सर आमच्या घरात. सगळे गेल्हे एकेक करून मरून. आधी वैभवात नांदले, मग नादारी आली. इंगळ्या डसता सर मनाले. मंग काय, प्या दारू, करा मरन जवळ. आता मी आहे इठी जुन्या घराले कवटाळून. एक चुलतभाऊ तिकडी आहे वराडात. बरं आहे म्हने तेचं. आपलंबी बरंच आहे. भेटतं एवढं तेवढं काम नवंजुनं. करा तेवढ्यात गुजरमबाजी.''

''भेटतं तेवढ्यात समाधान मानून जगण्यातच मजा आहे नारायणा. टाइम काही बसून राहत नाही. सुखाचे म्हना, दुखाचे म्हना, जाताच निंघून दिवस. बर नारायना, येतो.'' असं म्हणून मी रस्त्याला लागलो.

रस्त्यातच जरा अंतरावर शंकर भेटला. शंकर माझा वर्गमित्र. सातवीपर्यंत आम्ही दोघं एकाच वर्गात शिकत होतो. सातवीनंतर शंकरनं शाळा सोडली अन् तो गुरं चारायला लागला. सकाळी गावातली गाई-वासरं सोडायची, गोठनावर जमा करायची. सर्व गुरं जमवली की, दिवसभर चारायची आणि संध्याकाळी घरोघरी नेऊन गोठ्यात बांधायची, हे त्याचं रोजचं काम. आता आख्खं गाव त्याला शंकर ढोरकी म्हणूनच ओळखतं. शंकर माझा वर्गमित्र असल्यानं आम्ही दोघं रस्त्यावर गप्पा मारत उभे राहिलो.

''काय शंकर, बरं चाललं नं. काय म्हनता तुह्ये ढोरं?''

''बऱ्यात बरं आहे सर. आता काही पह्यल्यासारखे ढोरं नही राह्यले गावात. आधी सात ढोरकी व्हते आपल्या गावात. एकेकाकडे १५०-२०० ढोरं.

आता आम्ही तिघं-चौघं ढोरकी वळतो समद्या गावाचे रिकामे ढोरं. गायरानंबी कुठी राह्यले सर पाह्यल्यासारखे आता? जागोजागी वस्त्याहून राह्यल्या. कुठे घरकुल योजनेचे घरं तं कुठी म्हाडा. ढोरं घडीभर निचिंतीन उभे कऱ्याचे म्हनलं तं जागा नही सर जंगलात. उगच आपलं तळ्यालागे, धरनालागे करा उभे. गाई-म्हशी म्हनल तं धन राह्यतं सर गावाचं. पन तेल्हेबी लागली आता उतरती कळा...''

''गाई-म्हशी खरंच धन राह्यतं शंकर गावाचं. आधी दिवाळीच्या राती गुराख्याची दिवाळी येत जाये. काय मस्त गाने म्हनत तव्हा गुराखी. गाई-म्हशीचे गोडवे गात.

''आली आली रे दिवाळी. गाई म्हशी रे ओवाळी.''

आनखीन मले आठवत थोडं थोडं,

माझी गवळी गाय, भिंगोरा रे चरे राज डोंगरा.''

''आता म्हनता का नही रे आसे गाने?'' मी विचारलं.

''आता कशाचं गानं अन् कशाचं काय सर? उगच आपलं फुटका डोळा काजळानं साजरा केल्यावानी. खरं गानं म्हननारे डेबरा नारायन. बाळणू, ढोरकी, कऱ्हाळ्याचा रामा गेल्हे मरून. आता रोडू आस्कराच्या मध्याले येता एवढे तेवढे गाते तं तेल्हेबी दोन वळी म्हनल्या गान्याच्या की, दम लागतो.''

''गुराख्याची दिवाळी तरी निघते का नही दिवाळीले?''

''निंघते सर उपचारापुरती. पह्यल्यापसून आहे रिवाज म्हणून काढा. बाकी पहिल्यावानी हौस अन् उत्साह नही आता.''

''पहिल्यांदा काय दिवाळी राहे बापा गुराख्याची! छातीबरोबर उंच तं दिवटी करत आळसपुरी जवारीच्या धांड्याची. जवारीच्याच आगुंतक हिरव्यागार लवचीक मुळाच्या नक्षीनं तिल्हे सजवत. मोघड्याच्या वरच्या लाकडी वाटीची पणती दिवटीवर ठेवत. तिच्यात सरकी जळत राहे. तिचा झुळझुळता उजेड आमावसेचा अंधार उजळून काढे. सोबत उत्तररात्री दूरवर ऐकू जाणारं गुराख्यांचं पहाडी आवाजातल गाणं. वा! तसं म्हटल तर दिवाळीचे दिवस तसे आनंदाचेच. पण या गुराख्याच्या दिवाळीचा आनंद मला सर्वांत जास्त सुखावून जायचा.'' मी म्हटलं.

''आता कशाचे आळसपुरी जवारीचे धांडे सर अन् कशाची धांड्याची दिवटी. आता हायब्रीड जवारीचा जमाना. हायब्रीड जवारीचे का धांडे राह्यता का पोचट. त्या धांड्याची काय दिवटी व्हयीन. आळसपुरी जवारीचा काय धांडा राह्ये टोकरावानी. टेरपुंडाच्या बैलगाड्या बनवत व्हतो आपुन लहानपणी. अन् मोघडेबी कुठी राह्यले आता लाकडाचे. समदे लोखंडी अवजारं. आता गुराख्याच्या दिवाळीची दिवटीबी लोखंडी सळ्याची बनवेल आहे. बऱ्यात बरं आहे सर, जाऊ द्या.

आधी एकेका शेतकऱ्याचे आठ-आठ, दहा-दहा ढोरं रहात व्हते गव्हारात. राती दिवाळी घिऊन गेल्हं शेतकऱ्याच्या दारी की, डोळं डोळं जवारी भेटे. रात्यातून आठ-दहा पोते जमा व्हत. सालाची बेगमीहून जाये ढोरक्याहीची. आता तसं भेटतबी नही. जुनं समदं बदलत चाललं सर आता.'' शंकर म्हणाला.

''तेबी खरच आहे शंकर. काळ तसा बदलतच राह्यतो. पण हा बदल होताना बऱ्या-वाईटाचा विचार होत नही येचंच वाईट वाटतं.''

''आपल्याले वाईट वाटुन काही उपेग नही सर. हा जमाना आहे. तो कुकडी अन् कसा बदलत जाईल येचा काही नेम नही. आपुन पहात रहा नुस्त मिटीमिटी. दुसरं आहे काय आपल्या हातात?''

''जमाना म्हनजे नाव आहे समुद्रातली शिडाची. जसं वारं येतं तशी वाहत राहते. पटत असो नसो. आपल्याले चालनंच पडतं जमान्याबरोबर. बरं शंकर, जातो आता. वावराकडे जायचं आहे.''

''बरं सर, जा. लय दिसानं भेटले, बोलले. बरं वाटलं. भेटत जा आसेच आधूनमधून.''

मारोतीचा पार पार करून मी सती दरवाजातून गावाच्या बाहेर आलो. गावाच्या बाहेरच उजव्या हाताला गावाची नदी वाघूर. विस्तीर्ण पात्र असलेली मोठी नदी; पण तिची पार रया गेलेली. कोरडं पात्र. भकास. शेतीसाठी पाण्याचा अतिरिक्त वापर करून नदी अवेळीच आटवून टाकलेली. एकेकाळी हीच नदी म्हणजे गावाचं वैभव होती. बाया-माणसं, गाई-गुरं यांनी दिवसभर नदी गजबजलेली दिसे. मला आठवतं, होळी झाल्यावर धुळवडीच्या दिवसी आम्ही मुलं होळीची राख अंगाला लावून नदीवर अंघोळीला जायचो. तेव्हा फाल्गुनातही नदी खळाळ वाहताना दिसे. किनाऱ्यावरच्या हिरवळीवर अबलख घोडे चरताना दिसत, तर लव्हाळ्याच्या तुऱ्यांवर पाणघोडे बागडत असत. खळाळ प्रवाहाच्या पाण्यात बाया धुणं धूत असत. डोहाच्या खोल पाण्यात डुंबणाऱ्या काळ्या म्हशीच्या अंगावर पांढरा बगळा झुलताना दिसे. सगळं विलोभनीय, मन मोहून टाकणारं. नदीचं पाणी आटवून नदीचं हे सर्व वैभव माणसानं ओरबाडून घेतलं आहे. माणसाच्या हावरेपणामुळे नदीचं आणखी एक वैभव बाधित झालं आहे. हे बाधित झालेलं वैभव म्हणजे नदीच्या पात्रातील वाळूत फुललेले भर उन्हाळ्यात जळजळणाऱ्या डोळ्यांना गारवा देणारे डांगरमळे. आमच्या गावचा भिल्लाचा हिरा नदीच्या पात्रातील वाळूत असे डांगरमळे फुलवायचा. सोबत ढेंबसं, कारले, गिलके, चवळीच्या शेंगा अशा भाज्याही घ्यायचा. मी माध्यमिक शाळेत होतो

तेव्हा हिरा हा डांगरमळ्यातला वानवळा आमच्या घरी आणून द्यायचा. बदल्यात दाळीचा चूर, आंब्याचं लोणचं, वडे, पापड असं वाण घेऊन जायचा. तेव्हा व्यवहार प्रेमावर तोलला जायचा. आता पैशावर तोलला जातो. दिवाळीलाच पाणी आटून नदी भकास व्हायला लागली म्हटल्यावर आखाजीला हिरा भिल डांगराचे मळे कसे फुलवणार? डांगर मळे बुडाले. मग पोटापाण्यासाठी हिरा भिल भट्टी लावून दारू पाडायला लागला. दारू पाडणाऱ्या हिरा भिल्लाची पोरं शाळा शिकली असतील का? माझ्यातल्या मास्तराला प्रश्न पडला.

उजव्या हाताची वाघूर नदी मनातून काढून टाकली आणि मी डाव्या हाताच्या रस्त्याला लागलो. डाव्या हाताचा रस्ता म्हणजे आधी एक पांधी होती. खोल गाडरस्ता. पांधीच्या दोन्ही बाजूंना उंच दाट झाडां-झुडपांचे, जाळी-वेलींचे कुंपण. आता पांधीच्या जागी शेजारच्या गावी जाणारी उंच अशी डांबरी सडक झालेली होती. सडकेसाठी दोन्ही बाजूंच्या शेतांचा बराच भाग कामी आला होता. कुंपणाचा तर मागमूसही नव्हता. आधी पांधीच्या रस्त्यावर आजूबाजूच्या कुंपणातील झाडाझुडपांची, जाळ्या-वेलींची दाट सावली दिवसभर पसरलेली असे. आता झाडाझुडपांविना उन्हाळलेली डांबरी सडक ओकीबोकी दिसत होती. मी सडकेवरून चालत राहिलो. जरा अंतरावर शंकर मोऱ्याचा मळा.

शंकर मोऱ्याचा मळा म्हणजे पांधी रस्त्याचं वैभव होतं. रस्त्यापासून जरा अंतरावर आत मोठी विहीर होती. विहिरीशेजारी आंब्याचे मोठे झाड. आंब्याच्या झाडाची सावली धावेवर ऐसपैस पसरलेली. धावेवर शंकर मोऱ्या मोट हाकायचा. मोटेवरचं गाणं, आंब्याच्या झाडावरच्या चिमण्या-पाखरांचा कलरव आणि मोटेच्या पाण्यावर फुलणारी बागायती. चित्तवृत्ती बागेसारख्याच फुलून यायच्या, मन प्रसन्न व्हायचं. या मळ्याशी माझं मन आणखी एका विशेष निमित्तानं जोडलं गेलं आहे. हे विशेष निमित्त म्हणजे 'धनाची माती.' तेव्हा मी लहान होतो. दुसऱ्या-तिसऱ्या वर्गात असेन. आमच्या खानदेशात नव्यानेच लग्न झालेल्या सासुरवाशिणी 'आखाजी'च्या सणाला माहेरी माहेरपणाला येतात. अंगणात झाडाच्या फांदीला झोके बांधून झोके खेळतात. झोके खेळता खेळता गाणी म्हणतात.

चैत्र वेशाखाच ऊन माऽय वैशाखाचं ऊन
खडकं तपून झाले लाल माऽय तपून झाले लाल
आईच्या पायी आले फोडं माऽय पायी आले फोडं
आई तू सावलीनं चाल माऽय सावलीनं चाल.

माहेरवाशिणींच्या सुरांनी आखाजीचा सण असा नादमय होऊन जातो.

आखाजीच्या सणालाच माहेरावाशिणी घराघरांत 'गौरबाई' ची स्थापना करतात. पाना-फुलांच्या, कळ्या-वेलींच्या रंगीत चित्रांनी सजवलेल्या मखरात, टरबूज-खरबुजांच्या बियांनी तयार केलेल्या अलंकारांनी सजवून नटवून गौरबाईची स्थापना करतात. या गौरबाईच्या स्थापनेचाच एक भाग म्हणून फुटलेल्या मडक्याच्या मोठ्या खापरात माती घालून सात प्रकारचं धान्य पेरतात. पंधरा दिवसांत धान्य मस्त हिरवंगार रुजून येतं. त्याला 'धन' म्हणतात. हे धन रुजवण्यासाठी खापरात घालावयाची माती ती 'धनाची माती.'

पूर्वी शेतातून ही धनाची माती आणायचाही एक सोहळाच असायचा. उन्हं उतरणीला गल्लीतल्या सर्व मुली आपापली भांडी घेऊन एकत्र जमायच्या. सोबत शेतातल्या न्याहरीसाठी खास आखाजीला बनवलेल्या सांजोऱ्या, राळ्याच्या गोड पापड्या, सांड्या, कुरड्या. मग सगळ्या मुली मिळून 'धनाची माती' आणायला शेतात जायच्या. सोबत 'चला ओ ऽ पोरी हो धनाच्या मातीले' अशी गाणी म्हणतच धनाची माती आणायला जायच्या. शेतात आंब्याच्या सावलीत बसून न्याहारी करायच्या. येताना धनाची माती घेऊन यायच्या. सोबत गौरबाईचं मखर सजवायला कच्च्या कैरीचे घोस. या पोरींच्यासोबत गल्लीतील बाळगोपाळ असत. लहान असताना मीदेखील धनाची माती आणावयास जाणाऱ्या पोरींसोबत शंकर मोऱ्याच्या मळ्यात आलेलो होतो. तेव्हापासून या मळ्याशी परंपरागत सांस्कृतिक जिव्हाळ्याचं नातं जोडलं गेलं आहे. आता विहीर आहे; पण विहिरीत पाणी नाही. धाव आहे पण धावेवर धावणारी मोट नाही. मोटेवरचं गाणं नाही. आंब्याचं झाड नाही, झाडाची सावली नाही की, झाडावरची पाखरांची किलबिल. काळजाला बोचणारी नीरवता. भयाण एकांत. 'धनाची माती' आणायला गाणी म्हणत जाणाऱ्या मुलीही आता कितीतरी दिवसांत मला दिसल्या नाहीत.

शेताशेतांत डोलणारे डेरेदार आम्रवृक्ष म्हणजे काळीच्या शिवाराचं वैभव होते. एकापेक्षा एक नामांकित आंबे. नगदीतला 'केळ्या', मोठ्या मळ्यातला 'रोपडा', सोननीतली 'कुयरी'. किती आंब्यांची झाडं! किती चवी! आमच्या भाऊबंदांच्या तर मोठमोठ्या 'आमराया' होत्या. आखाजीपासून तर थेट पेरणी सुरू होईपर्यंत आमच्या घरातील आंब्याची आढी सरत नसे. आंबे उतरवणे हीदेखील आम्हा सग्याचुलत भावांसाठी उन्हाळ्याच्या सुटीतील एक पर्वणी असे. ज्या दिवशी आंबे उतरवायचे, त्या दिवशी आम्ही सर्व सख्खे-चुलत भावंडं चार-पाच बैलगाड्यांवर बसून शेतात जायचो. तेथे कैऱ्यांचे हिस्से पाडायचे. आपापला हिस्सा बैलगाडीवर घेऊन घरी यायचं. आंबे उतरवताना झाडावरच

पाडाला आलेली कैरी मिळविण्यासाठी आम्ही भावंडं धडपडत असू. पाडाच्या कैरीला आमच्याकडे 'शाख' म्हणतात. या 'शाखांची' चव अढीत पिकवलेल्या आंब्यापेक्षा काही औरच असते. प्रत्यक्ष चाखल्यावरच तिच्या चवीची गोडी अनुभवता येते. शिवाराचं वैभव असलेली ही आंब्याची झाडं, आमराया आता दिसत नव्हत्या. त्यामुळे शिवार काळीच असलं, तरी झाडांविना नागवलेलं केविलवाणं वाटत होतं.

वावरात आल्यावर मी बेढ्याच्या सावलीत जरा विसावलो. तेवढ्यात किसनतात्या दोन गायी अन् लहान-मोठे तीन वासरं चारत चारत घेऊन आला. किसनतात्या जख्खड म्हातारा. डोक्यावरचेच नाही तर भुवईचे केसही पांढरे झालेले. नजर कमी. हातात काठी घेऊन गायीवासरांमागे वजे वजे फिरतो. गायी-वासरं गरीब म्हणून बरं, नही तं एखादं उधळलं तर म्हाताऱ्याकडून त्याला कह्यात ठेवणं अवघडच. खरं म्हटलं तर म्हातारं गुरांना सांभाळत नव्हतं, तर गुरंच म्हाताऱ्याला सांभाळून घेत होती. म्हातारपणातही किसनतात्या गुरं वळतोय म्हणून मी तात्याला म्हणालो,

"तात्या, आता ह्या वयात अवकळा करण्यापेक्षा गव्हारात का बरं पाठवत नही गायी चारायले?"

"काय गव्हारात घालतू भो ढोरं. आपली गाय आहे दुभती. दिवसभर तिल्हे खायाले भेटलं काही तं दिल ते संध्याकाळी दूध, नही तं काय दिल? आपुन कसं कळ करून चारतो. ढोरक्याहीचं काही खरं राह्यत का. ते बी काय करतील म्हना. गायरानच कुठी राह्यले आता तेवढे? गव्हारात ढोराहीले दोन टाईम पानी भेटील प्याले येचा बी भरोसा नही भाऊ." तात्यानं उत्तर दिलं.

"खरं आहे तात्या. आता येताना नदीकडून आलो मी. पाण्याचा टिपूस नही नदीत. कोल्डीखट. भकास."

"कोल्डी खट अन् भकास व्हयीन नही तं काय भाऊ नदी. थोड्या मोटारी बसवता का लोकं नदीवर? जो उठतो तो वावरात घिऊन जातो नदीचं पाणी. लय 'हावरट' झाले भाऊ लोकं. आधी एक खरीपाचा हंगाम घेतला की, उरले दिवस मस्त लगन सराईत भावबंध, सगेसोयरे यांच्या संगतीत लगनं खात फिरत लोकं. एकमेकांच्या घरी जात. चार-आठ दिवस मुक्काम करत. सुखादुखाचं बोलत. पंधरा-पंधरा दिवस लगनाचा सोहळा राहे. तेरा दिवस मरनाचं सुतक. आता जसं लांडगं लागेल आहे समद्याहीच्या मांघे. इतकं उतपन वाढलं तरी समाधान नही. आधी एका एकरात तीन-चार पोते जवारी पिके अन् लय झाल

तं क्विंटलभर कापूस. पन तेवढ्यात समाधानी व्हता शेतकरी. आता एका एकरात पंधरा-वीस पोते हायब्रीड पिकते अन् पाच-सात क्विंटल कापूस- तरी समाधान नही. झाडाखाली पीक चांगलं येत नही, सायडून जातं म्हणून आमराया तोडून टाकल्या भो लोकाहीन. कापूस जास्ती पिकला पाह्यजे म्हणून इशारी औषीदं फवारून किडे-मुंग्या, चिड्या-पाखरं मारली भो. सगळं ओकंबोकं मुकंमुकं करून टाकलं शिवार.'' तात्या म्हणाला.

''शिवार ओकं बोकं मुकं मुकं झालं हे तं दिसूनच राह्यलं तात्या. पन उतपन वाढलं हेबी खरंच आहे.''

''उतपन वाढलं पन समाधान आहे का? सुख तं लय हात जोडून उभं आहे दाराशी. जाते गेल्हे चक्क्या आल्या, या जायाले मोटारगाड्या, जवारी काढ्याले मशिनं, वावर नांगऱ्याले ट्र्याक्टर. सुखच सुख. आता मोटीच्या पान्यात तहान भागत नही भाऊ मळ्याची. इलेक्ट्रिकची मोटर पाह्यजे. बटन दाबलं की चाल्लं धो धो पाणी. जो उठतो तो इहिर खंदतो. जो उठतो तो मळा लावतो. आरे हा का 'हावरा' च म्हना. किड्या-मुंग्याचं, चिड्या-पाखरांचं खानंबी डोळ्यात याले लागलं तुमच्या! धरित्रीच्या बी पोटात पानी ठेवता नही टिपुसभर. आशानं सुख भेटीन भो, शांती नही भेटनार मनाची. आसंच चाल्लं नं तं पुढे भाकर भेटील खायाले; पन् ध्यानात ठेव, पानी नही भेटनार प्याले. जाऊ द्या. आपल्याले काय, आपला झाला आता जमाना. मसनात गेल्हे लाकडं-गवऱ्या. बरं भाऊ, जातो. गायी-वासरं पांगतील महे.'' असं म्हणून किसनतात्या काठी टेकवत टेकवत गायी-वासरांच्या मागे गेला. त्याच्या पाठमोऱ्या आकृतीकडे मी जरा वेळ नुसता पाहतच राहिलो.

संध्याकाळी गल्लीतली पोरं टीव्हीभोवती जमा झालेली. म्हातारी आजी एकाकीपणाचा उदास भार पेलत एकटीच एका कोपऱ्यात बसलेली. झाडाझाडांवर भरणारी कावळ्यांची शाळा नाही. अंगणात दंगामस्ती करत खेळणाऱ्या पोरांचा आरडाओरडा नाही. चैतन्य हरवलेली माझ्या गावची ती संध्याकाळ मला पार परकी, अनोळखी वाटली. वाटलं, एकदुसऱ्याच्या आधारानं दुःखही सहज पेलणारा माझा गाव हरवलाय. सुखातही एकाकीपणाचं ओझं सदैव आपल्या अंगाखांद्यावर वाहणारा, उदास केविलवाणा, हा गाव माझा नाही. माझा गाव दूर दूर कुठे तरी निघून गेलाय. दूर गेलेल्या गावाच्या स्मृतींनी मी व्याकूळ व्याकूळ झालो.

❒❒

- ८ -

शेताच्या वाटेवर

आमचं शेत चांगलं कोसभर अंतरावर. शेतात जायचं तर आधी अर्धअधिक गाव तुडवत जायचं. मग बाजारपट्टी ओलांडून स्टँडवर यायचं. स्टँडपासून मैल- दीड मैलापर्यत पहूर जामनेर रोड. डांबरी सडकेचा रस्ता. सडकेपासून आत चार- पाच नंबरापर्यंत 'पांधी' रस्ता. स्टँडपासून फर्लांग-दोन फर्लांग अंतरावर पहूर जमनेर रोडला ओलांडून जाणारी पी. जे. (गावाकडील लोकं तिला पी. जी. म्हणतात) ही नॅरोगेज रेल्वेलाइन. पुढे जरा अंतरावर लहानसा ओढा. त्याला 'खारोन' म्हणत. अशी आमच्या शेताची वाट. शेत अगदी जुनं, वडिलोपार्जित. आजोबांच्याही आधीच्या काळापासूनचं. त्यामुळे ही वाट पायाखालची, मळलेली. या वाटेवर नियमित भेटणारी बायामाणसं, ओहोळ-झरे, झाडं-झुडपं सगळे अगदी ओळखीचे. अंगवळणी पडलेले. जन्मल्यापासून किती वेळा या वाटेने शेतात गेलो असेन, याची गणती नाही. लहान असताना पहिल्यांदा केव्हा या वाटेवरून शेतात गेलो, ते आता सांगता येणार नाही; पण कळत्या वयापासून शेतात लावणी असली की शित्तर फडके लावलेल्या गाडीत बसून जाणं, कापूस-वेचणी असली की कापसाच्या गाडीवर बसून संध्याकाळी घरी येणं, भाजून खाल्लेल्या चवळीच्या हिरव्या शेंगा, हुरड्याची कणसं हातावर मळून फु-फा करत कच्चाच खाल्लेला गुळचट चवीचा हुरडा हे आणि असं खूप काही आठवतं. आता जेव्हा कधी अधूनमधून एकटाच या वाटेवरून चालत चालत शेतात जातो, तेव्हा जुन्या आठवणी मनात गर्दी करून येतात.

आठवणीतली माणसं, प्रसंग जसेच्या तसे स्मरतात. मन भूतकाळात हरवून जातं.

मला चांगलं आठवतं, तेव्हा मी पहिली-दुसरीच्या वर्गात असेन. उन्हाळ्याच्या सुट्या संपून शाळा नुकत्याच सुरू झाल्या होत्या आणि पावसाळ्यालाही नेमकी सुरुवात झाली होती. एक-दोन पाऊस पडून गेल्यावर पेरण्यांना सुरुवात झाली होती. तो बहुधा रविवारचा दिवस होता. आम्ही सर्व चुलत-सग्गे भावंडं सकाळी सकाळी गल्लीत काहीतरी दगडगोटे खेळत होते. तेवढ्यात आमचे मोठे बाबा आमच्याजवळ आले आणि म्हणाले, "चला रे पोरांहो, आज आपुन मोठ्या मळ्यात आंब्याचे रोपं लाव्याले जाऊ."

खरं म्हटलं तर आख्ख्या शिवारात आमच्या भाऊबांधवांची उणीपुरी शंभरतरी आंब्याची झाडं होती. एका शेतात तर एकाच ठिकाणी वीस-पंचवीस आंब्यांची आमराई होती. त्यामुळे आमच्या घरी अक्षय्यतृतीयेपासून ते वटपौर्णिमेपर्यंत पुरून उरतील इतके आंबे यायचे. आंबे असे की एकापेक्षा एक सरस. आकाराने लहान पण साखरेसारखी गोड सागरगोटी, नारळासारखा मोठा दबाड्या, आकार कुयरीसारखा म्हणून कुयरी, अंगावर बाजरीसारखे ठिपके असलेला बाजऱ्या, केळ्या, श्रावण्या, शेंदऱ्या, शौप्या अन् असे आणखी कितीक. एका आंब्याचं नाव तर चक्क 'आमटी' होतं. आंबट डक लहानसं फळ. असा एखाद् दुसरा अपवाद सोडला, तर बाकी आंबे रसरशीत आणि मधुर. एकेक फळ म्हणजे जणूकाही अमृताची कुपी. उन्हाळ्याच्या सुटीभर आम्ही हे आंबे चोखत असायचो. घरातल्या एका कोपऱ्यात गवत अंथरून आंब्याची आढी घातलेली असायची. नवीन आंबे उतरून येईपर्यंत आधीचे आढीतले पिकलेले आंबे संपवावे लागायचे. मग काय, आम्ही पोरं आंब्यावर नुस्ते तुटून पडायचो. चोखलेल्या आंब्याच्या कोया अंगणात, गोठ्यात, उकिरड्यावर इकडेतिकडे विखुरलेल्या असत. मृगाचा पाऊस आला की उकिरड्यावर, पडक्या घराच्या मातीच्या ढिगाऱ्यावर या कोया रुजून आंब्याची रोपं उगवायची. या रोपांच्या कोया टरफलं काढून दगडावर घासून आम्ही पोरं पुंगाऱ्या बनवायचो. प्रत्येक पुंगानीचा आवाज वेगळा. हे आवाज ऐकून आम्ही खूप हसायचो. त्या वयात वेगवेगळे आवाज ऐकून मौज वाटायची. अशी रोपं परिसरात अनेक ठिकाणी उगवलेली दिसत. पण या रोपांचा कुणी लागवडीसाठी उपयोग करत नसत. लागवडीसाठी परसदारी मातीच्या भांड्यात नामांकित आंब्याच्या कोया रुजवून रोपं तयार करत असत. अशीच तयार केलेली रोपं लावायला मोठे बाबा आम्हा पोरांना शेतात सोबत घेऊन जायचं म्हणत होते. त्यामुळे आम्हा भावंडांत उत्साह संचारला.

दगडगोटे जागीच टाकून आम्ही घरी पळालो. पटापटा अंघोळी उरकल्या आणि कपडे घालून शेतात जायला तयार झालो. मोठ्या बाबांची तयारी झाल्यावर आम्ही सर्वजण बैलगाडीने शेतात जायला निघालो. बैलगाडी स्टँडवर आल्यावर मोठे बाबा आम्हा पोरांना म्हणाले, "लाडू खाता का रे पोराहो?" आम्ही पोरं गप्पच. मोठ्या बाबांना आम्ही पोरं जरा वचकून असायचो. त्यामुळे कुणीच काही बोललं नाही. पण बहुधा त्या दिवशी मोठे बाबा जरा जास्तच खूश होते. ते आम्हा पोरांना हॉटेलवर घेऊन गेले आणि प्रत्येकाला एकेक लहान ग्लासाच्या आकाराचा पांढरा शुभ्र दळाचा लाडू घेऊन दिला. रस्त्याने चालत्या गाडीतच आम्ही लाडू खाऊन संपविले. लाडू खाऊन झाल्यावर अर्थातच सगळ्या पोरांना तहान लागली. तो काळ वॉटरबॅग सोबत घेऊन जाण्याचा नव्हता.

शेताच्या वाटेवर जामनेर रोडला ओलांडून जाणारी पी. जे. या रेल्वे गाडीची लाइन आहे. (हे आधी सांगितलंच आहे.) ही पी. जे. रेल्वे गावच्या समाजजीवनाचं एक अविभाज्य अंग बनली होती. इंग्रजांच्या काळापासून पाचोरा ते जामनेर एवढ्या साठ-सत्तर कि. मी. माफक अंतरावर धावणारी ही नॅरोगेज रेल्वे अजूनही तेवढ्याच अंतरावर धावते आणि नॅरोगेजच आहे. त्या काळी ही गाडी दिवसातून (२४ तासांतून) पाचोरा ते जामनेर अशा तीन फेऱ्या मारायची. पहिल्या फेरीत पाचोऱ्याहून सकाळी १० वाजता यायची. १२ वाजता परत जायची. मग संध्याकाळी ५ वाजता यायची. ७ वाजता परत जायची आणि रात्री २ वाजता यायची आणि झापडीत ४ वाजता परत जायची. गावातल्या शेतकऱ्यांचं, शेतमजुरांचं शेतात कामावर जाणंयेणं या रेल्वेच्या वेळापत्रकाशी मिळतंजुळतं होतं. सकाळी शेतात कामावर जाताना शेतकरी मजूर बायांना म्हणायचे, "चाल निंघन कमळाबाई, दहाची गाडी आली ठेसनात तरी तू आजून न्याहारीच बांधून राह्यली. वावरात का बाराच्या गाडीले जाती का मंग?" याउलट, संध्याकाळी शेतातून परत यायच्या वेळी मजूरबाया शेतकऱ्यांना म्हणत, "आता नाही घेत बरं भाऊ आम्ही नवा वखर. पाचची गाडी कव्हाची गेल्ही. आता परत गाडी याची वेळ झाली. आता निंघतो आम्ही. नही तं मंग अंधार व्हतो घरी जायाले." सर्वसामान्य गावकऱ्यांशीही तिचं नातं जोडलेलंच होतं. सकाळी एखादी गृहिणी सहज म्हणून जायची, "चाल माय. उशीर झाला आज. दहाची गाडी आली तरी आंगाले पानी नही आजून." एखादा म्हातारा म्हणायचा, "राती परत गाडी गेल्यापसून डोळ्याले डोळा नही नं भो." अशा प्रकारे पी. जे. गाडी लोकजीवनाशी जोडलेली होती. त्या वेळी ही गाडी वाफेच्या इंजिनावर चालायची. कोळसा

खायची, पाणी प्यायची. कुऽऽक कुऽऽक अशी शिटी वाजवून आल्याची वर्दी द्यायची. धुरांच्या रेषा हवेत काढत झुक झुक करत निघून जायची. अशी ही पी. जे. गाडी वाफेच्या इंजिनाला जोडलेले केवळ पाच डबे घेऊन खेळण्यातल्या गाडीसारखी धावायची. आता वाफेच्या इंजिनाऐवजी तिला डिझेलचं इंजिन जोडलं आहे. तिची रात्रीची एक फेरीसुद्धा कमी झालीय. आता ती धुरांच्या रेषा हवेत काढत नाही की पह्यल्यासारखी लांबच लांब ऐकू जाणारी कुऽऽक शिटी वाजवत नाही. त्यामुळे लोकजीवनाशी जोडलेलं तिचं जिव्हाळ्याचं नातं हळूहळू दुरावत चाललंय.

शेताच्या वाटेवरच्या या रेल्वे क्रॉसिंगवर रेल्वेची चौकी आहे. तेथे रेल्वेचा चौकीदार (गेटमन) राहतो. त्या वेळी या चौकीवर आमच्याच गावातला राजवाड्यातला चांगो मोरे चौकीदार म्हणून काम पाहत होता. चांगो चौकीदार राजवाड्यात रहायचा. आमच्या गावाचा राजवाडा मराठी शाळेला लागूनच होता. शाळेत गेलेलो असताना हा चांगो चौकीदार आम्हा मुलांना बऱ्याचदा येताना-जाताना दिसायचा. गावातली बहुतेक सर्वच माणसं शेतकरी-शेतमजूर. त्यामुळे रेल्वेकर्मचारी असलेल्या या चांगो चौकीदाराचं आम्हाला भारी कुतूहल वाटायचं. त्याच्या अंगावर रेल्वेचा गणवेश असायचा. जांभळी हाफ पँट व हाफ शर्ट. डोक्यावर जांभळ्याच रंगाची टोपी. त्याच्या हातात सिग्नल दाखवायचा रेल्वेचा मोठा कंदील असायचा. काळ्या रंगाच्या या कंदिलाला लाल, हिरवा, पिवळा अशा रंगाच्या काचा बसवलेल्या होत्या. या कंदिलाचंही आम्हा मुलांना भारी अप्रूप वाटायचं. चांगो मोरेचं पोरगं आमच्या वर्गात होतं. आपला बाप रेल्वेत नोकरी करतो म्हणून तो आमच्यावर शान मारायचा. त्याच्याशी गोड गोड बोलून रेल्वेचा कंदील जवळून पाहायला एकदा आम्ही त्याच्या घरी गेलो होतो.

आमेची बैलगाडी चौकीजवळ आली, तशी गाडीत बसल्याबसल्याच मोठ्या बाबानं चांगोला आवाज दिला,

"अरे चांगोऽ!"

"जी भाऊजी." आसं म्हणतच चांगो चौकीच्या बाहेर आला.

"आरे, पानी आहे का रे तुह्याकडे मडक्यात?"

"आहे नं भाऊजी. आत्ताच आनलं मीन्ह मडकं भरून माळ्याच्या इहिरीहून."

"ह्या पोरांहीले दे बर प्याले घोट घोट पानी. लाडु खाल्ला त्याहिनं. पानी पानी करून राह्यले कव्हाचे."

आम्ही पोरं मग चांगोच्या चौकीवर गेलो. ग्लासातून चौकीवरच्या मटक्यातलं

थंडगार पाणी प्यालो.

आम्ही गाडीत येऊन बसल्यावर मोठे बाबा आम्हाला गमतीनं म्हणाले, ''पोरांहो, तुम्ही वाड्यातल्या चांगोच्या मडक्यातलं पानी पेल्हे, तुम्ही बाटले भोसडीच्याहो आता. येच्या पुढे आपल्या घरच्या पान्याच्या माठाले हात लाव्याचा नही, भाकरच्या पाटीतून तुमच्या हातानं भाकर घ्याची नही अन् आमच्या मधी तुम्हीनं जेव्याचंबी नही.'' बाबांचं हे बोलणं ऐकून आम्ही तेवढ्यापुरते ओशाळे झालो. खरंतर बाटलो म्हणजे काय, हेसुद्धा त्या वेळी आम्हाला कळत नव्हतं. आता हे सर्व आठवलं की गंमत वाटते. खरं म्हटलं, तर त्या वेळीसुद्धा गावात सहसा कुणी लागाबाट असा भेदाभेद पाळत नव्हतं. वाड्यातल्या सर्वांशी गावातल्या सर्व बहुजनांचे जिव्हाळ्याचे- सलोख्याचे संबंध होते. माणसांनी एकदुसऱ्याशी काका-पुतण्या, मामा-भाचा, दाजी-साला असे, तर बायांनी माय-लेक, सुनबाई-आत्याबाई, नणंद-भावजय अशी नाती जोडलेली होती. वाड्यातल्या लोकांचे गावातल्या लोकांशी घरोब्याचे संबंध होते.

आमच्या घरी वानाबाई यायची. घरातली सटरफटर वरकामं करायची. आमच्या घरून दाळदाणा आणखी काय लागेल ते गरजेनुसार घेऊन जायची. दिवाळी आखाजीला तिच्यासाठी पातळ पण घेऊन देत असत. भाद्रपद महिन्यात येणारा 'भादी' हा वाड्यातल्या लोकांचा महत्त्वाचा आणि मोठा सण. या सणासाठी वानाबाई आमच्याकडून गहू घेऊन जायची. या सणाच्या निमित्ताने वानाबाई आमच्याकडे जेवणाचं निमंत्रण द्यायची. आम्ही भावंडं या सणाच्या निमित्तानं वानाबाईंच्या घरी जेवायला जायचो. पांढऱ्या मातीनं पोतारलेल्या पांढऱ्या शुभ्र भिंती आणि गायीच्या शेणानं सारवून स्वच्छ केलेलं घर. वानाबाईंच्या घरी मांडी मारून आम्ही भावंडं जेवत असू. आम्ही भावंडं तिच्या घरी जेवायला गेलो, म्हणजे तिला खूप आनंद व्हायचा. जेवणं झाल्यावर घरी येताना ती आम्हा भावंडांच्या डोक्यावरून व गालावरून हात फिरवत म्हणायची, ''ढोरां वासरांचं संभाळून जा बर लेकरांहो.'' आमच्या गावात तरी कुठे स्पृश्य-अस्पृश्य असा भेदाभेद पाळला गेल्याचं माझ्या पाहण्यात वा स्मरणात नाही.

चौकी ओलांडली, की पुढे जरा अंतरावर सडकेला लागूनच मारवाड्याचा मळा आहे. मारवाड्याच्या मळ्यात मंग्या भिल रहायचा. मळ्यात विहिरीच्या शेजारी आंब्याच्या झाडाखाली मारवाड्यानं त्याच्यासाठी पत्र्याची लहानगी खोली बांधून दिली होती. या खोलीत मंग्या, त्याची बायको, त्याच्या दोन मुली आणि त्याची माय असा सारा परिवार राहायचा. मंग्या आणि त्याची बायको मारवाड्याच्या

मळ्यात कामही करत आणि मळ्याची राखणसुद्धा करत. मंग्याची माय म्हातारी होती. शेतीची कामं तिच्याकडून होत नसत. पण ती शिवारात ऋतुमानानुसार रिकामे उद्योग करून दोन पैसे मिळवायची आणि मंग्याच्या तुटपुंज्या संसाराला आपल्या परीनं हातभार लावायची. पावसाळ्यात ओढ्याला पाणी आलं म्हणजे ओढ्याच्या पाण्यात ती मासे, खेकडे धरायची. मग ते मासे आणि खेकडे गावात विकायला आणायची. आमचे मोठे बाबा तिचं पेटंट गिऱ्हाईक होतं. म्हातारीनं खेकड्याची पाटी टेकवली, की गल्लीतली सारी पोरं भोवती जमा व्हायची. खेकडे पाटीतून बाहेर पडू नयेत म्हणून म्हातारी पाटीवर मोठं फडकं बांधून ठेवायची. जोपर्यंत फडकं बांधलंय, तोपर्यंत खेकडे पाटीतल्या पाटीत वळवळायचे. फडकं सोडलं की खेकडे पाटीबाहेर पडून आपल्या वाकड्या आठ-आठ पायांनी तरातरा चालायचे. त्यांना आवरताआवरता म्हातारीची नुस्ती तारांबळ उडायची. काही पोरं खेकड्याच्या करंगळ्या मोडून कच्चाच खायचे. मोठ्या बाबांच्या घरी खेकडे खात असले, तरी आमच्या घरी मात्र खेकडे खाणं निषिद्ध मानत. त्यामुळे आम्ही कधी खेकडे खाल्ले नाहीत.

आषाढ-श्रावणात शेतांच्या कुंपणावर, ओढ्या-नाल्याच्या काठानं झाडाझुडपांवर रानवेली चांगल्याच बहरून यायच्या. त्यात दोडीची फुलं, कटुरले अशा रानभाज्यांच्या वेलीही असत. मंग्याची माय अशा रानभाज्यांच्या वेलींचा शोध घ्यायची. दोडीची फुलं, कटुरले तोडून गावात विकायची. कधी मोहळं हुळवून मध विकायची तर कधी चारं बोरं. उन्हाळ्यात मंग्याची माय शिवारातल्या आंब्याच्या फळांची राखण करायची. शिवारातील आमच्या भाऊबंधांच्या आंब्यांची राखण मंग्याची मायच करायची. आंबे उतरवायच्या वेळी आम्ही शेतात गेलो, तर आम्हाला 'शाका' (झाडावरच पिकलेले आंबे) खायला द्यायची. मंग्याच्या पोरी लहानलहान होत्या. त्या शिवारात अनवाणी पायानं हिंडायच्या. आठआठ दिवस अंघोळ करत नसत, की डोकं विंचरत नसत. शाळेचं तर त्यांनी कधी तोंडही पाहिलं नव्हतं. त्यांच्याकडे पाहून मला त्यांची कीव यायची. पावसाळ्यात मंग्याच्या कुटुंबीयांचे पाऊस असला की चिखलात फार हाल होत. उन्हाळ्यात मात्र त्यांच्या मुक्त जीवनाचा हेवा वाटायचा. मुक्त रानपाखरांसारखंच त्यांचं जीवन. साठवण्याचा सोस नाही. रोजचा दानापानी ऋतुनुरूप गोळा करायचा आणि त्यावर उदरनिर्वाह चालवायचा. भविष्याच्या काळजीनं आजचा त्यांचा वर्तमान कधी काळवंडल्याचं दिसलं वा जाणवलं नाही. रानातलं मुक्त वारं त्यांच्या श्वासात खेळत असल्यानं त्यांचं जीवनही मुक्त होतं.

शेताच्या वाटेवर पांधी रस्त्यानं तुका आज्याचं वावर होतं. तुका आज्याले आख्खं गाव वळखत होतं. तुका आज्या गावातच नाही, तर परिसरात गुरांचा चांगला वैद्य म्हणून परिचित होता. त्या वेळी गुरांचे डॉक्टर नव्हते. म्हणून गोठ्यातलं जनावर-गाय, बैल-चारा खात नसेल, तर लोक सरळ तुका आज्याकडे यायचे. तुका आज्याला केवळ निरीक्षणावरून गुरांचे आजार कळत. बैल तोंडी खुरी आला असो, चार फुग्गा खाऊन फुगला असो वा ऊन लागून कडकी पडला असो; तुका आज्या औषध देऊन बैलांना सुधारायचा. एरंडाची पानं, पळसाची फुलं, चांभार आवळीचा पाला, भिलावे अशा वनस्पतीचा तुका आज्या औषधी म्हणून वापर करायचा. तुका आज्यानं गावातल्या आणि परिसरातल्या कित्येक गुरांना आजारातून मुक्त केलं होतं.

तुका आज्या आणि बहिणा बोय या दोघं नवरा-बायकोनं खरंतर आता साठी ओलांडली होती. तरी पण हंगाम असो की उलंगवाडी, दोघं नित्यनेमानं रोज न चुकता शेतात यायचेच. येताना तुका आज्याच्या डोक्यावर पाण्यानं भरलेली घागर अन् बहिणा बोयच्या काखेत कळशी असायची. मला त्यांचं भारी कुतूहल वाटायचं. एकदा भर उन्हाळ्यात शेताच्या वाटेवर ते मला भेटले. तेव्हा कुतूहल शमविण्यासाठी मी त्यांना विचारलंच-

"तुका आज्या, आता वावरात ना जवारी ना कपाशी. तुर नही का काही नाही. तरीबी तुम्ही दोघं ह्या वयातबी रोज नेमानं न चुकता काहून येता वावरात? आता तं् वावरांची नागटी व्हयेल आहे. ऊन वारा खाऊन राह्यले वावरं. मंग तुम्ही कशाकरता येता रोजच्या रोज एवढ्या उन्हातान्हात? अन् हे इतकं पानी कशाकरता? वझं नही व्हत तुम्हाले?"

"वझं व्हत नही तं काय भाऊ. पन काय करतु? पोरांसाठी करनं पडतं."

"मले नही समजलं आज्या."

"आरे भाऊ, आम्हीन आंब्याचे रोपं लावेल आहे वावरात दोन. आता चांगले छातीएवढे झाले आंब्याचे रोपं. आनखी एक-दोन उन्हाळ्यात जर पानी भेटलं त्याहिले, तं चांगले झाडं व्हतीन. दोन-पाच वर्सानं फळबी येतील. त्या आंब्याच्या रोपाहीले पानी द्याकरता येन्ह पडत भो रोजच्या रोज वावरात."

"का रे आज्या, ह्या घागरभर अन् कळशीभर पान्यानं काय पोट भरत असीन छातीएवढ्या आंब्याच्या रोपांचं. एवढं पानी तं तव्हाच जिरून अन् सुकून जात आसीन."

"नही रे येड्या, आम्ही का वावरात गेल्यावर रोपांच्या खोडाजवळ

पान्याच्या घागरी उभरून देतो. आम्हीनं रोपांच्या खोडाजवळ मडके ठेवेल आहे मातीचे. वावरात गेल्ह की पानी त्या मडक्यात टाकून ठेवा. मडक्यातलं पानी झिरपत राह्यतं दुसऱ्या दिवसालोंग. मातीत बी जास्ती जिरत नही अन् सुकून बी जात नही.''

''आसूस आहे का!''

''आस्सच आहे भाऊ. पोरांसाठी, नातांसाठी करन पडतं. आम्ही तं काय, पिकले पानं आता. आंब्याच्या रोपहीले फळं येवोस्तर जित्ते बी राह्यतो का नही कोन्हाले मालूम. पन पोऱ्हांसोराहीले येतीन कामा आंबे. आपुन मेल्यावर आंबे चोकता चोकता नही काही तं नाव तं् घेतील आपलं, की तुका आज्यानं लावेल आहे आंब्याचे झाडं म्हनून.''

तुका आज्या अन बहिणा बोय यांना खूप दिवस मूलबाळच झालं नव्हतं. मूलबाळ व्हावं म्हणून त्यांचे नवस, उपवास चालूच असत. खूप उशिरा चाळिशी ओलांडल्यावर आमच्या गावशेजारच्या टेकडीवरचा पुंजाबा त्यांच्या नवसाला पावला आणि त्यांना मुलगा झाला. मुलाचं नाव त्यांनी 'पुंजा' ठेवलं. पूर्वी मुलगा होण्यासाठी खूप लोक नवस करत असत. देव नवसाला पावून मुलगा झाला, तर त्याचं नाव मुद्दाम दगड्या, धोंड्या, धुडक्या, पुंज्या, उखर्डू, शेनफडू अशी ठेवत. भीक मागून जमवलेल्या पैशातून चांदीची बेडी करून अशा मुलांच्या पायात घालण्याचाही रिवाज होता. पुंज्याच्या पायातही अशी बेडी होती. उतरत्या वयात पुंजाबाबा नवसाला पावून 'पुंजा'चा जन्म झाला म्हणून पुंजा आपल्या मायबापाचा खूपच लाडका होता. ते त्याची खूप काळजी घेत. पुंजाजी जेवायला बसला, की त्याची आई त्याच्या शेजारीच बसायची. त्याला जरा कुठे ठसका लागला की त्याची पाठ चोळायची, त्याला प्यायला पाणी द्यायची. पुंजाला उभं राहून पाणी प्यायची मुभा नव्हती. पाणी प्यायचं असलं, तर त्याला आधी खाली बसावं लागे, मग निश्चितीनं तो पाणी प्यायचा. पुंजा आमच्याच वर्गात होता. पण त्याला आमच्या सोबत खेळण्याची, फिरण्याची परवानगी नव्हती. आम्ही मुलं चिंचा-कवठं, चारं-बोरं गोळ करत उन्हातान्ह्यात, काट्या-कुट्यात रानोमाळ अनवाणी पायानं भटकायचो. पुंजाजी मात्र आमच्या सोबत कधी येत नसे. आम्ही मुलंही त्याला फारसा आग्रह करीत नसू. एखाद्यानं केलाच आग्रह तर आमच्यातलाच एखादा म्हणायचा, ''जाऊ द्या रे, तेल्हे नका घिऊ बापा सोबत. तो एकुलता एक आहे नाड्या नवसाचा. तेल्हे काही झालं तं उगच आपल्यावर तोम्हात. तेच्यापक्षा तेल्हे जाऊ द्या घरी.'' इच्छा असूनदेखील पुंजाला आमच्या सोबत खेळायला का

भटकायला मिळत नव्हतं.

आम्ही पोरं मात्र सुटी असली की धमाल भटकायचो. आमच्या सोबत शेजारच्या खेड्यावरची तडवी भिल्लांची तीन-चार पोरं शिकायला होती. त्यांच्या खेड्यावरच्या शिवाराची त्यांना खडान् खडा माहिती होती. कुठे चारं आहेत, कुठं बोरं-जांभळाची झाडं आहेत आणि करवंदाच्या जाळ्या कुठे आहेत, हे त्यांना माहीत असे. एका वर्षी तर या पोरांकडून आम्हाला भलताच रानमेवा खायला मिळाला. त्या वर्षी आम्ही दहावीच्या वर्गात होतो. वार्षिक परीक्षा नुकतीच एप्रिलच्या पहिल्या आठवड्यात संपली होती. निकाल लागायला वेळ होता. शाळा अशीच होती, आले काय अन् गेले काय. एक दिवस सकाळी हे पोरं म्हणले, ''चला दोस्ताहो, आज तुम्हाले लय भारी मेवा खिलवतो.'' आम्ही पाच-सात पोरं मग त्यांच्यासोबत लय भारी मेवा खायला त्यांच्या गावच्या शिवारात गेलो. त्या पोरांनी शिवारात जागोजागी 'मव्हळं' शोधून ठेवली होती. त्या दिवशी शिवारावर भटकंती करून त्या पोरांनी उणीपुरी तेरा मव्हळं हुळवली आणि आम्हा दोस्तांना भरपेट 'मध' खिलवला. 'मव्हळं' साधे होते की त्या भिल्लांच्या पोरांना काही मंत्र येत होते कोणास ठाऊक? पण आमच्यातल्या एकाही पोराला एकदाही एकही मव्हळाची माशी चावली नाही. नुकत्याच हुळवलेल्या मधाच्या कांद्यातून लगेचच पिळून काढलेल्या ताज्या ताज्या मधाची सुमधुर चव त्या दिवशी आम्ही अनुभवली. नाड्या नवसाचा एकुलता एक असल्यानं पुंजाला, रानोमाळ भटकंती करून खाल्लेल्या रानमेव्यातला आनंद कधी लुटता वा अनुभवता आला नाही.

आता जेव्हा मी शेतात जातो, तेव्हा तुका आज्यानं महाप्रयासानं जगवलेली आंब्याची झाडं पाहिली, की मला पुंजा आणि तुका आज्या यांची हमखास आठवण येते. ज्या काळात 'ठिबक सिंचन' ही संकल्पना कुणाच्या ध्यानीमनीही नव्हती, त्या काळात मातीच्या मडक्याचा वापर करून ती साक्षात राबविणाऱ्या तुका आज्याचं आता नवल वाटतं. आम्हा मुलांना सोबत नेऊन मोठ्या बाबानं लावलेली रोपंही चांगली डोक्याबरोबर वाढली होती. पण मोठ्या बाबाच्या नंतर त्या रोपांची फारशी काळजी कुणी घेतली नाही. त्यामुळे ती रोपं वाळून गेली. त्या रोपांची जर झाडं झाली असती, तर ती झाडंही मोठ्या बाबांची आठवण करून देत राहिली असती.

शेताच्या वाटेवर आणखी आठवतो तो श्रीपत ठेंगेवाला. अंगात खाकी गणवेश, हातात डोक्याबरोबर उंच असलेली जाडजूड काठी (ठेंगा) आणि

गळ्यात अडकवलेली पोलिसी शिट्टी. श्रीपत शिवाराची राखण करण्यासाठी ठेंगे सोसायटीने नेमलेला राखोळी होता. त्या काळी सहकार सोसायट्यांना संलग्न अशा ठेंगे सोसायट्या गावोगावी होत्या. या ठेंगे सोसायट्या हंगामात शिवाराची राखण करण्यासाठी ठेंगेवाल्यांची नेमणूक करायच्या. हे ठेंगेवाले मग दिवसभर नेमून दिलेल्या शिवारात फिरायचे आणि शिवाराची राखण करायचे. आपण शिवारात राखण करण्यासाठी गेलो होतो याचा पुरावा म्हणून ठेंगेवाले सोसायटीने पुरवलेल्या डायरीवर शेतकऱ्यांच्या सह्या घ्यायचे. श्रीपत राखण करण्यासाठी म्हणून आमच्या शेताकडे यायचा. डायरीवर बाबांची सही घ्यायचा. उंच, धिप्पाड, मोठमोठ्या झुपकेदार मिशा बाळगून असलेल्या श्रीपतचं व्यक्तिमत्त्व गणवेश, पोलिसी शिट्टी आणि हातातील उंच ठेंगा या सर्वांमुळे खूपच भारदस्त वाटायचं. आम्हाला तर सुरुवातीला तो कुणीतरी मोठा अधिकारीच आहे, असं वाटायचं. त्याचं व्यक्तिमत्त्व असं भारदस्त आणि कठोर वाटत असलं, तरी श्रीपत बोलायला मात्र फार मवाळ होता. तो अधूनमधून आमच्या घरीसुद्धा यायचा. आम्ही भावंडं काही लिहीत वा वाचत बसलेलो असलो तर म्हणायचा, ''चांगलं लिव्हा, चांगला अभ्यास करा पोराहो. लय मोठं शिका. मास्तर व्हा, सायेब व्हा. नही तं मंग तुम्हालेबी मह्यासारखंच फिरनं पडील जंगलालागे उन्हातान्हात इच्चुकाट्याचं.'' आम्ही शेतात असताना जर श्रीपत शेतात आला, तर तो खिशातून आणलेली बोरं आम्हाला खायला द्यायचा. त्याच्या पोलिसी शिट्टीचा आवाज शिवारभर घुमायचा. शिवारात चोऱ्या करणाऱ्या भुरट्या चोरांच्या काळजात धडकी भरवायचा. गावोगावच्या ठेंगे सोसायट्या अन् ठेंगेवाले आता इतिहासजमा झाले आहेत. आता सहकारी सोसायट्या उरल्या आहेत, त्या कर्ज देण्याघेण्यापुरत्या अन् दर पाच वर्षांनी होणाऱ्या निवडणुकांचं राजकारण करण्यापुरत्या!

आता अधूनमधून कधी शेतावर जावं, तर शेताच्या वाटेवरच्या या आठवणी मनात गर्दी करतात. खारोनाच्या ओढ्याजवळ ओढ्याच्या पाण्यात खेकडे, मासे पकडणारी मंग्याची माय आठवते. चिंचेच्या मळ्याजवळ मंग्याच्या झोपडीत मंग्याच्या बायकोनं संध्याकाळी तव्यावर भाजलेल्या बोंबीलाचा वास नाकात दरवळतो. पांधीच्या रस्त्यावर तुका आज्या डोक्यावर पाण्याचा हंडा अन बहिणाबोय काखेत कळशी घेऊन येताहेत, असा उगीचच भास होतो. कधी श्रीपत ठेंगेवाल्याच्या पोलिसी शिट्टीचा आवाज कानात घुमतो, तर कधी चांगो चौकीदार रेल्वेचा उंच कंदील हातात घेऊन उभा असल्यासारखं वाटतं. मला पक्कं ठाऊक आहे, यातलं आता काही काही उरलं नाही. हे आहेत ते नुस्ते

भास, आभास. खरंतर शिवार तेच आहे आणि आमच्या शेतीची वाटही तीच; पण आता पूर्वीची ती जिव्हाळ्याची माणसं राहिली नाहीत. शिवाराचं वैभव असलेली घनदाट छायेची आंब्याची झाडंही आता उरली नाहीत. पीक सायडतं म्हणून त्यांची निर्घृण कत्तल करण्यात आली आहे. त्यामुळे उघडंबोडकं शिवार आता उदास वाटतं. जसं शिवार तसाच खारोनाचा ओढा. भर पावसाळ्यातही हा ओढा पाण्याशिवाय उदास भकास वाटतो. कारण पूर्वीसारख्या बरसाती आता होत नाहीत. शिवाराचं, ओढ्याचं हे उदासपण शेताच्या वाटेवर मलाही उदास करतं. शेताच्या वाटेवर आता पहिल्यासारखा जीव रमत नाही.

❏❏

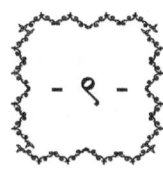

- ९ -

'खेड्यावरची जोडी'

नव्या बैलांची जोडी विकत घ्यायची म्हटलं, तर आमच्या गावच्या शेतकऱ्यांना तीन गुरांचे बाजार सोयीचे पडतात. औरंगाबाद रोडवरचा गावापासून अवघ्या सहा कि. मी. अंतरावरचा वाकोदचा गुरांचा बाजार, जळगाव रोडवरचा गावापासून सोळा कि. मी. अंतरावरचा नेरीचा गुरांचा बाजार आणि पाचोरा रोडवरचा गावापासून जवळपास पंचवीस कि. मी. अंतरावरचा वरखेडीचा गुरांचा बाजार. पैकी वरखेडीचा बाजार उत्कृष्ट प्रकारच्या म्हशी मिळण्यासाठी परिसरात प्रसिद्ध आहे. वाकोदच्या आणि नेरीच्या गुरांच्या बाजाराचं असं खास वैशिष्ट्य म्हणून काही सांगता येत नसलं, तरी सर्वसामान्य शेतकऱ्यांना सर्वसामान्य गुरं विकत घ्यायची, तर हे गुरांचे बाजार सोयीचे होते. आमच्या गावच्या शेतकऱ्यांना हे बाजार येण्या-जाण्यासाठी सोयीचे. म्हणून गुरं घ्यायची असली, तर आमच्या गावच्या शेतकऱ्याची पहिली पसंती या बाजारांनाच असे. या बाजारात मनासारखी आणि खिशाला परवडेल अशी गुरं मिळाली नाहीत, तर मग शेतकरी अन्य पर्यायांचा विचार करत असत. अर्थात ओळखीच्या शेतकऱ्याची जोडी घ्यायला सगळ्यात जास्त पसंती असे. कारण अशी जोडी पाहिलेली, अनुभवलेली व खात्रीची असे. बाजारात व्यापाऱ्याकडून घेतलेली जोडी बिनाखोडीची असेलच, अशी खात्री नसे. नवीन बैलांची जोडी विकत घेताना जोडीतले बैल बसे नको, हातीपायी धड असले पाह्यजे आणि मारकणे नको हे विशेषकरून पाहत असत. घरी बाईमाणसाला किंवा

पोरासोरालाही वेळप्रसंगी बैलांची सोडबांध करता आली पाहिजे, असं पाहिलं जात असे. अशी साधाभादी, कामाची जोडी घेणंच शेतकरी पसंत करत. बाजारात एका फेरीतच अशी जोडी मिळणं जरा अवघडच असे. म्हणून मग बाजारात दोन-दोन, चार-चार चकरा माराव्या लागत.

आमच्याकडेही अशी नवीन बैलांची जोडी विकत घ्यायची होती. म्हणून वडील एक-दोन वेळेस गुरांच्या बाजाराला जाऊन आले. पण मनपसंत जोडी काही भेटली नाही. एक दिवस भल्या पहाटेच चिपड्या तिरमक आमच्या घरी आला. चिपड्या तिरमक बैलांचा दलाल होता. त्यामुळे तो वाकोद, नेरी, वरखेडी येथे दर बाजारी गुरांच्या बाजारात जायचाच. वडील बैलजोडी घ्यायला बाजारी गेले, तेव्हा तिरमक त्यांना भेटला होता. त्यामुळे आमच्या घरी बैलांची जोडी घ्यायची आहे, हे चिपड्या तिरमकले माहीत होतं. आल्या आल्या बाहेरूनच चिपड्या तिरमक बाबांना हाक मारत म्हणाला,

"का होऽ पंत, आहे का घरी?"

चिपड्याची हाक ऐकून घरातून बाहेर येत बाबा म्हनले,

"कोन तिरमक आहे का रे! का रे भो, आसा भाईरच काहून उभा? ये नं, घरात ये नं!"

"मीन्ह म्हनल पंत आहे का नही घरी? आधी तपास करा, म्हनून थांबलो व्हतो भाईर." चिपड्या तिरमक घरात यिऊन बसत म्हनला.

"घरी नही रहात तं कुठी जातु बापा एवढ्या पाह्यटीस."

"आरे बापा, बजार आसला की मले तं झाडपीतच निंघन पडतं घराच्या भाईर आंग तोंड धुवून. हप्त्यातून तीन बजार राह्यता. आता तं काय रोजचीच सवय झाली ते."

"तू कां लय रिकामा फिरतु बापा बाजारात. बाजारात गेल्ह्यावर काढतूस तू तुही रोजदारी इकडूनतिकडून."

"रोजदारी काढल्याबिगर कसं भागीन पंत? मंग कां रिकामाच फिरतु बाजारालागे बोड्या फकिरावानी? रोजदारी नही काढली तं मंग फुकाची भाकर कोन दिल आपल्याले पोटाले. पोट आहे म्हनल्यावर रोजच्या भाकरकरता हातपाय हालवनच पडता."

"खरं आहे तिरमक भू. हातपाय हालवल्याबिगर किडामुंगीलेबी दाना भेटत नही. कष्टाबिगर फळ नही."

"काय आहे पंत, हे शेतीचे जड कामं आपल्याकडून व्हता नही. म्हनून

मंग म्हनलं बरं आहे सालं हे. पन हेबी काही सोपं नही बरं पंत. झापडीत निंघा घरून तं एखांद्या दिवशी घरी याले रातचे दहा वाजून जाता. तोंडाले फेस येतो दिवसभर लोकांशी बोलू बोलू. एका बैलजोडीचा सौदा कऱ्याचा म्हनलं तं चार घंटे बोलनं पडतं चारचौघांशी. ते म्हनगत खोटी आहे का, 'इक्याले जा तं खपत नही अन् घ्याले जा तं भेटत नही.'''

"खरं आहे तिरमक भू. मी सालं तीन बजार झाले फिरून राह्यलो, पन मनासारखी जोडी काही भेटली नही बैलांची."

"तेवढ्यासाठीच आलो पंत मी आज. आपल्या गावाशेजारीच हिवरखेड्याले जोडी हे इक्री चिला चिकट्याची. मस्त जोडी आहे शेतीकामात कसेल. अन् आपल्या बजेटमधी बी बस्यासारखी आहे. कसं आहे पंत, पाहेल देखेल जोडी आसली की बरं राह्यतं. आयबी ढोर वागवनं जीवावर येतं."

"अरे हैट! आयबी ढोराचं काय खरं आहे बापा. बैलं आयबी आसले की वावरात कामाले जायचंबी जिवावर येतं मंग. तेच्या करता तं दोन बजार फिरलो पन जोडी घेतली नही मीन्ह. म्हनलं, खात्रीची भेटल्याशिवाय घ्याची नही जोडी."

"खरं सांगू का पंत, बजारात एखाद्या खटल्यावाल्या शेतकऱ्याची जोडी येल आसली नं तेचं राह्यते मंग खात्रीची. नही तं मंग काही खरं नही रे बापा. ढोरं का एका खोडीचे राह्यता का पंत? आरे, सतरा खोड्या राह्यता बापा ढोरामधी. बैलाहीचं म्हना तं काही बैलं गाडीले, औताले जुपले की चालता; पन नांगराले जुपले की बसले. काही बैलं काव्हा मानसाच्या आंगावर धावून येतील येचा नेम नही. काही गाडीले जुपले की गळवट्यात पडतील नही तं मंग शिव्वळ तानतीनं. काही बैलं मोटर दिसली की भडकता तं काही छत्री दिसली की! रंगी, शिंगी, हाती पायीबी धड पाह्यजे भो जनवार, येळीले बदलसदल कऱ्याचा म्हनलं त दोन बरे पैसे आले पाह्यजे तेचे बजारात."

"नही बरं तिरमक भू. आपल्याले आतालोंग आशा जोड्या भेटल्या नं तं इचारू नको. एकदम खानदानी. बगळ्या-पांड्या, रेशा-रुमल्या, मोरा-टिक्या. एकापेक्षा एक बैलं. आझून याद येते. एकदा घेतली जोडी की पाच-सात वर्ष पाह्याचं काम नही. आयबी ढोरं वागोयाचं कधी काम नही पडलं आपल्याले."

"हे हिवरखेड्यावाल्याची जोडीबी आशीच आहे. तुमच्या घरी चांगली टीकीलं. रेंढे बैलं लय करून मनी भरता नही आपल्या. पन कामाले लय कसता. सात किंटलची का गाडी भरनं, मांघी नही येता. खाऊस राह्यता रेंढे बैलं."

"आपल्याले कामाचेच पाह्यजे तिरमक भू बैलं. आपल्याले कुठी पटावर

लावनं आहे जोडी?''

''म्हनूनच सांग्याले आलो तुमच्याकडे. इकडीतिकडी बजार झांबलत फिऱ्यापेक्षा हे मस्त पाहेल देखेल जोडी आहे. उशिर नको करू. अन् हे पहाय, जाशिल तं पाह्यटीस जाझो चहा पेल्याबरोबर. नही तं चिकट्या सापडनार नही घरी. खेड्यावरचे लोकं ते. पाह्यटी दहा नही वाजतं तं जाता वावरात.''

''कालदीच जातो नं पाह्यटीस. उशिर कशाले पाह्यजे. हिवरखेडं का लय दूर आहे. लय झालं तं आर्ध्या घंट्याचा रस्ता. हिवरखेडं कां लय बिनवळखीचं आहे तिरमक भू आपल्याले. आमच्या मोठ्याचे मामसाले हिवरखेड्याचेच मोठ्यालेच पाठावू जमलं तं जोडी घ्याले.''

हिवरखेड्याले बैलजोडी असल्याचा निरोप ठेवून अन् चहापानी घिऊन चिपड्या तिरमक निघून गेला. हिवरखेड्याले मोठ्या बाबांचे मामसाले होते. मोठ्या बाबांचे मामसासरे तर नव्हते, पण मामसासू अजून जिवंत होती. म्हणून मग भेटीही होतील आणि जोडीदेखील आणता येईल, अशा दुहेरी हेतूने हिवरखेड्याला मोठ्या बाबांचं जायचं ठरलं.

हिवरखेडं म्हणायला फार दूर नव्हतं. पण आडवळणाचं गाव. रस्ताही तसाच आडवळणाचा. तेव्हा वाहनंही फारशी नव्हती. हिवरखेड्याला जायचं म्हटलं का हिवरखेड्याहून यायचं म्हटलं तर एकतर पायी जावं लागे किंवा बैलगाडीनं. कधीनवत जाणाऱ्या माणसाला हिवरखेड्याला जायचं म्हटलं, की अंगावर काटा उभा रहायचा. पण हिवरखेड्यावरची माणसं मात्र या रस्त्यानं सहज ये-जा करत. आडवळणाचा असला, तरी हा रस्ता त्यांच्या आंगवळणी पडलेला होता. बरेच हिवरखेड्याचे लोक दूध घालायला, किराणा घ्यायला किंवा अशाच कामाच्या निमित्तानं आमच्या गावी रोज पायी ये-जा करत. काही बहाद्दूर तर दिवसातून दोन-दोन वेळा यायचे अन् जायचे. त्यांना ना आळस ना थकवा. बायामाणसं सोबत असतील वा आजाऱ्याला दवाखान्यात न्यायचं असेल, तर बैलगाडीशिवाय पर्याय नव्हता. म्हणूनच खेड्यावरच्या मोठमोठ्या श्रीमंत आसामीच्या घरी गावोगावी या-जायला बैलांची एक स्पेशल जोडी असे. ही जोडी धावण्यात पटाईत असे. या जोडीला शेतीची इतर कामं नसत. जशी बैलांची स्पेशल जोडी, तशी दोघं-चौघं बसतील अशी लहानशी दमनी गाडीही असे. ऊन-वारा लागू नये म्हणून या गाडीला तट्टापडदा लावत असत. अशी तट्ट्यापडद्याची गाडी अन् बैलांची जोडी म्हणजे मोठमोठ्या श्रीमंत आसामींच्या वैभवाच्या प्रतीक होत्या. काही बैलांच्या जोड्या आणि रंगीत पडद्या-तट्ट्याच्या दमनी गाड्या तर

काही काही आसाम्यांची खास ओळख बनून राहिल्या होत्या.

आमच्या घरी अशी स्पेशल गाडीजोडी असण्याचं काही प्रयोजन नव्हतं. कारण आम्हाला काही वारंवार खेड्यावर जावं लागत नसे. तरीपण शेतकरी म्हटलं, की त्या काळात तरी घरी एक दमनी गाडी अन् बऱ्यापैकी धावणारी पळणारी एक जोडी असेच असे. अशीच गाडी अन् जोडी घेऊन दुसऱ्याच दिवशी भल्या पहाटे मोठे बाबा हिवरखेड्याला जायला निघाले. हिवरखेड्याच्या एका मामाचा मुलगा देवराव तेव्हा माझ्या वर्गात प्राथमिक शाळेत शिकत होता. त्याच्या सोबत हिवरखेड्याहून आणखी पाच-सात मुलं शिकायला येत असत. हिवरखेड्याला जायचं त्या वेळी अनायासे दिवाळीच्या सुट्टया होत्या. म्हणून मग मीही मोठ्या बाबांसोबत जायला निघालो. मोठा चुलतभाऊ गाडीवर धुरकरी होता. रस्ता आडवळणाचा आणि खाचखळग्यांचा. तेवढ्यासाठी दणके बसू नये म्हणून गाडीत गुरांचा चारा टाकून त्यावर झोऱ्याची मोठी पट्टी घडी करून अंथरली होती. नदीच्या किनाऱ्याकिनाऱ्यानं वळणं घेत जाणाऱ्या पांदीच्या रस्त्यानं आम्ही पहाटे पहाटे हिवरखेड्याला जायला निघालो.

गावची नदी ओलांडून गाडी पांदीरस्त्याला लागली, तसं रानाचं वैभव नजरेत भरायला लागलं. हेमंतातली लागट थंडी. सोबत पहाटेचं कोवळं ऊबदार ऊन, आणखी सभोवताली हंगामातलं समृद्ध भरलं शिवार. झाडावेलींवर, पानाफुलांवर दव सांडलेलं. शिवारात कुठे पिकून पिवळ्या दाण्यांनी टच्च भरलेली आणि वाऱ्याच्या मंद झुळकीवर डोलणारी कणसं, कुठे डोईवर पिवळ्याधम्मक फुलांचे गजरे माळलेल्या तुरीच्या हारी तर कुठे दव-मोत्यांच्या पाणीदार पारदर्शी माळा अंगोपांगी माळून चिंबभिजला हरभरा. पंखावर उबदार ऊन पांघरून कलरव करत उडणारी-बागडणारी पाखरं. मनाचा मोर व्हायला यापेक्षा आणखी वेगळं काय पाहिजे, सृष्टीचं ते वैभव डोळ्यांनी खुडून घेत आणि काळजात साठवत मी मनभोर झालो. मोठे बाबा आणि मोठा चुलतभाऊ गप्पात रंगले होते; पण त्यांच्या गप्पांकडे माझं अजिबात लक्ष नव्हतं. नदीच्या किनाऱ्यानं शेताशिवारांतून वळणं घेत जाणाऱ्या वाटेवरचा बैलगाडीचा हिवाळ्यातल्या पहाटेचा तो प्रवास माझ्यासाठी एक सुखद व आनंददायी अनुभव होता. बैलगाडीनं एक झोकदार वळण घेतलं आणि गाडी थेट 'पानतांड्या' जवळ आली. 'पानतांडं' म्हणजे नागवेलींच्या पानांचा (विड्याची पानं) मळा. आमच्या गावी बारी समाज मोठ्या संख्येने वस्तीला आहे. नागवेलींच्या पानांचे पानमळे हे बारी समाजाच्या शेतीची खासियत. उंचच उंच वाढलेल्या शेलाट्या शेवऱ्याची झाडं. या झाडांना वित

वित अंतरावर नागिणीसारख्या वेटोळत जाणाऱ्या पानवेली. या वेलींना लदबद लदबद लगडलेली बदामाच्या आकाराची कच्च हिरवी लांबच देठांची पानं. वा! नागवेलींची पानं खूपच नाजूक. उन्हापासून या पानांना फार जपावं लागतं. म्हणून मळ्याच्या सभोवती पांगऱ्याची झाडं लावून त्यांना पऱ्हाट्या- तुऱ्हाट्याच्या ताट्या बांधून पानमळ्याला ऊन-वाऱ्याच्या त्रासापासून संरक्षित केलेलं असतं. सभोवताली अशा ताट्या बांधलेल्या असल्यामुळेच बहुधा नागवेलींच्या पानमळ्यांना 'पानतांडे' असे संबोधत असावेत. पांदीरस्त्याला लागूनच पानमळ्याची विहिर होती आणि विहीरीला लागूनच एक लहानशी टुमदार झोपडी. झोपडीच्या पुढं जरा अंतरावर आनंदा बारी शेकोटीवर शेक घेत बसला होता. आमच्या गाडीत मोठ्या बाबांना पाहून तो उठून गाडीला सामोरा आला आणि म्हणाला,

"राऽम राऽम तात्या! तात्याची स्वारी इकडी कुनीकडे बापा आज एवढ्या पाह्यटीस?"

"जोडी घ्याले चाललो आनंदाभू हिवरखेड्याले."

"जोडी घेतल्या जाईल तात्या. जोडी कुठे चालली पळून? या थंडीचा गरम गरम चहा घ्या."

"आरे, उशीर व्हयीन आनंदाभू. दहा वाजेशी वावरात निंघून जाता खेड्यावरचे लोकं."

"काही व्हत नही उशीर. या, देवासारखे आले बापा तुम्ही आज. योगायोगानं पाय लागतीनं तुमचे आज आमच्या मळ्याले. नही तं ह्या आडमार्गानं आसे बैलगाडीतून फिरनारे मानसं आहे का तुम्ही? इंग्रजाच्या काळातल्या युनियनच्या गाडीवाले मानसं तुम्ही. युनियनची गाडी चालवता चालवता अन् त्या गाडीतून फिरता फिरता जमाना गेल्हा तुमचा. या तात्या, या. तुमचे पाय लागले मह्या मळ्याले तं आनंद वाटीनं मले."

आनंदा बाऱ्यानं असा आग्रह केल्यानं बाबांना मग थांबावंच लागलं झोपडीच्या पुढं शेकोटीशेजारी टाकलेल्या बाजेवर बसत बाबा म्हणले,

"आनंदा भू. एवढ्या पाह्यटीस तू मळ्यात. अन् हे चहा पानी..."

"तात्या, राती मुक्कामीच व्हतो मी. अन् चहा पान्याचं म्हनसाल तं हा मळा अन् हे झोपडी म्हनजे दुसरं घरच आहे आपलं एक परकारचं. इठी समदी सोय आहे. आनखी ऊन्हाळा आसो नही तं पावसाळा, रात आसो का पहाट, इठी मळ्यात राह्यतस कोन्ही ना कोन्ही घरचं. मळा म्हनलं की खयम दिऊन हजर राह्यनं पडतं रातंदिवस. हे नागिलीच्या पानाचं पीक तं लय नाजूक.

तळहातावरच्या फोडासारखं जपनं पडतं.''

''खरं आहे आनंदाभू. शेतीत कष्ट केल्ह्याबिगर दिसता नही दोन पैसे. पानतांडं आहे तं मस्त आहे तुव्हं.''

''खाऊनपिऊन सुखी आहे तात्या तुमच्या पायाच्या आशीर्वादानं.''

''खाऊनपिऊन सुखीच पाह्यजे आनंदाभू. जास्ती हावराबी काही कामाचा नही. कां लय ऊरावर नेन्ह पडतं सालं बांधूनं. बरं आनंदा भू, निंघतो आम्ही आता.''

चहापानी झाल्यावर आम्ही निघालो. आनंदा बारीनं आमच्या सोबत मळ्यातले दोन-चार पपई, काही शेवग्याच्या शेंगा दिल्या.

आमच्या गावच्या संपूर्ण शिवारात पानतांडे आहेत ते फक्त हिवरखेड्याच्या रस्त्यानं. म्हणून हिवरखेड्याच्या रस्त्याला 'पानमळ्याची वाट' असंही म्हणत. 'पानमळे' हे जसं या रस्त्याचं वैशिष्ट्य, तसं रानटी काटेरी झुडपासारखी निसर्गतःच जागोजागी उगवलेली पारिजातकाची झाडं हेसुद्धा या रस्त्याचं वैशिष्ट्य सांगता येईल. हिवरखेड्याहून या वाटेनं पायी येणारी माझ्या वर्गातील मुलं आषाढ-श्रावणात सकाळी शाळेत येताना, पांढऱ्या पाकळ्या आणि केशरी देठ असलेली पारिजातकाची सुंदर नाजूक सुगंधी फुलं भरभरून वेचून आणत असत. या फुलांच्या सुगंधानं आमचा वर्ग परिमळून जात असे. मुलं ही फुलं सकाळी सकाळी गुरुजींच्या टेबलावर ठेवत असत. या फुलांचा संदर्भ घेऊन गुरुजींनी तेव्हा श्रीकृष्ण, सत्यभामा आणि रुक्मिणीची गोष्ट अगदी रंगवून सांगितली होती. सत्यभामेचा हट्ट, तिचा हट्ट पुरवण्यासाठी श्रीकृष्णानं स्वर्गातून आणलेलं पारिजातकाचं झाड, ते लावलं सत्यभामेच्या दारी पण फुलं मात्र पडायची रुक्मिणीच्या अंगणात. पौराणिक कथांची गुंफणही किती सुंदर केली आहे नाही! पारिजातकाची फुलं पाहिली, की मला पहिल्यांदा आठवते ती ही गोष्ट. आणखी आठवतात, हिवरखेड्याहून सकाळी सकाळी थंडीत कुडकुडत अडीच-तीन मैल पायी चालत येणारी आमच्या वर्गातील मुलं आणि श्रीकृष्ण व सत्यभामेची गोष्ट रंगवून सांगणारे आमचे तायडेगुरुजी.

पानतांड्यावरून निघाल्यावर अवघ्या दहा-पंधरा मिनिटात आमची गाडी नदी ओलांडून हिवरखेडात आली. हिवरखेडं हजार-पंधराशे वस्तीचं, दोन-अडीचशे घरांचं लहानसं गाव. आख्ख्या गावात फक्त दोनच दुमजली हवेल्या. बाकी सगळी मातीच्या धाब्याची लहानलहान बसकी घरं एकमेकांना लागून दाटीवाटीनं वसलेली. गावातच गुरांचे गोठे आणि भुसचाऱ्याचे वाडे. मोठ्या आईच्या मामांचं घर उंच गढीवर होतं. मोठ्या आईचे मामा भिकाजी पाटील

आजूबाजूच्या छोट्या छोट्या दोन- पाच खेड्यांचे पोलिस पाटील होते. त्यांचं चाळिशी-पन्नासीतच अकाली निधन झाल्यावर त्या काळच्या परंपरेनुसार पोलिस पाटीलकी त्यांच्या घरातच मोठ्या मुलाकडे आली होती. मोठा मुलगा पोलिस पाटील असला, तरी नवऱ्याच्या पश्चात खटल्याचा कारभार मोठ्या आईची मामी केशरबाईच सांभाळत होती. तीन मुलं, त्यांच्या बायका, आठ-दहा नातवंडं असं बारा-पंधरा माणसांचं खटलं, शेतीवाडी, गुरं-ढोरं, दूध-दुभतं असं सर्व आजीच्या नियंत्रणात चालत होतं. गढीच्या पायथ्याशीच मोठ्या पिंपळाच्या झाडाखाली त्यांच्या गुरांचा गोठा होता. आम्ही हिवरखेड्याला पोहोचल्यावर पिंपळाच्या खाली गोठ्यासमोरच आमची गाडी सोडली. स्वतः मोठे बाबाच आमच्या सोबत असल्यानं आमचं विशेष अगत्यपूर्वक स्वागत झालं. चहापाणी झाल्यावर मोठे बाबा केशरआजींशी बोलत बसले. दोघं खूप दिवसांनी भेटत असल्यानं सुखदुःखाच्या नव्याजुन्या गप्पांत रंगून गेले. मोठा चुलतभाऊ चिला चिकट्याकडे, 'आम्ही बैलांची जोडी घ्यायला आलोय', असा निरोप द्यायला म्हणून गेला. मीसुद्धा देवरावसोबत गावात रिकामं भटकायला गेलो.

गावातले रस्ते अगदीच अरुंद होते. सामाईक भिंतीची एकदुसऱ्याला लागून असलेली घरं आणि घरांपुढे लहान-मोठ्या ओसऱ्या. घराघरांतून कामांची एकत्र धांदल उडालेली दिसत होती. कुणी बाई ओसरीतल्या चुलीवर भाकरी भाजताना दिसत होती. चुलीचा धूर उंच आकाशात जाताना दिसत होता. कुणी बाई दारी अंगणातच खडबडीत दगडावर धुणं धुताना दिसत होती, तर कुणी गोठ्यापुढे अंगणात बसून शेणाच्या गोवऱ्या थापत होती. कुणी बाप्या घरापुढच्या उघड्या मोरीत अंघोळ करत होता, तर कुणी गोठ्यातला शेणकचरा डोक्यावरच्या टोपल्यातून गावाबाहेर उकिरड्यावर नेऊन टाकत होता. कुणी बकऱ्या-कोकरं आवरत होतं, तर कुणी गाई-म्हशींची सोडबांध करताना दिसत होतं. कुठे धाब्याच्या उंच वरंडीवर दिमाखात उभ राहून कोंबडा 'कुऽकुऽचऽऽकू' अशी बांग देत होता, तर कुठे एखादं कुत्रं ओट्यावर उभं राहून गोठनात जाणाऱ्या गाई-गुरांच्या अंगावर भुंकताना दिसत होतं. विझत आलेल्या शेकोटीची ऊब घेत निवांत बसलेलं एखादं म्हातारं सोडलं, तर आख्खं गाव चैतन्यानं सळसळताना दिसत होतं. मी आणि देवराव बोलत बोलत गावाच्या बाहेर आलो, तर गावाबाहेर मोकळ्या पटांगणात एका बाजूला शेळ्यामेंढ्यांचं आणि शेजारीच दुसऱ्या बाजूला गाई-गुरांचं गव्हार कोवळं ऊन खात उभं होतं. गुरांच्या गव्हाऱ्यातली वासरं आणि शेळ्यांच्या कळपातली कोकरं आपआपसात लुटुपुटीची लढाई करताना

खूपच मस्त दिसत होती. मी देवरावला म्हटलं,

"देवराव, तुमचं गाव तं लयच मस्त आहे गड्या! सगळं गावच कसं घाई, धांदलीत दिसतं. बायामाणसं, वासरं, कोकरं सगळे कसे उत्साहात धावून-पळून राह्यले. सगळं गाव कसं पिंपळाच्या पानांसारखं सळसळताना दिसलं. मले तं आसं वाटुन राह्यलं की आपुनबी इठीच यिऊन रहा." देवराव हसून म्हणाला,

"नही रे बापा. तू उगच कधीनवत अन् पहाटच्या पाह्यरी आला म्हणून वाटतं तुल्हे तसं. हे घाई गडबड अन् कामाची धांदल आहे न् हे फक्त आता दहा वाजोस्तर. दहा वाजले की गावातले समदे बाया-माणसं, ढोरं-वासरं पांगतील जंगलात. मंग चार-दोन म्हतारे सोडले तं कोन्ही कुत्र्याचं बच्चु दिसनार नही गावात. नुस्त्या माशा भनभन करतील. गाव कसं खायाले पाहिल. तू तं घडीभरबी थांबणार नही मंग इठी."

"तू म्हनतु खरी भो. मव्ह मन तं लयच मस्त रमून रह्यलं इठी."

बोलता बोलता माझं लक्ष गावापासून जरा अंतरावरच्या मंदिरासारख्या वास्तूकडे गेलं. मी लगेच देवरावला विचारलं,

"देवराव, ते मंदिर कशाचं आहे रे?"

"ते काऽ? ते कोन्ह्या देवाचं मंदिर आहे, ते कोन्हीच सांगत नही. ते मंदिर आहे का कोन्ह्या बाबा जोग्याची समाधी आहे हे बी कोन्हाले माहीत नही. आमच्या गावातलं कोन्हीच कधी तिठी जात नही."

"चाल आपुन जाऊन पाहू बरं तिठी काय आहे तं?"

मी अन् देवराव आम्ही दोघं त्या मंदिरात गेलो. मंदिर खरोखरच कधी-पासून ओस पडल्यासारखं दिसत होतं. आजूबाजूला तरोटा बोंडाऱ्याची उंच उंच झाडं वाढली होती. मंदिरात जायला पायवाटसुद्धा नव्हती. बोंडारे अन् तरोट्याची उंच वाढलेली झाडं हातानं बाजूस सारत अडचणीतूनच आम्ही मंदिरापर्यंत पोचलो. मंदिरासभोवतीच्या ओट्यावर ओबडधोबड फरशी बसवलेली होती. दोन फरशीच्या मधल्या जागेत खुरटं गवत उगवलेलं दिसत होतं. तिथे वर्षानुवर्षं कुणीच येऊन न गेल्याचं स्पष्ट जाणवत होतं. अंधाऱ्या गाभाऱ्यात सगळीकडे जळमटं लोंबताना दिसत होती. समोरच फरशीवजा चौकोनी दगडावर कोरलेली मूर्ती दिसत होती. पण मूर्ती देवाची, माणसाची, कुण्या साधूची का कुण्या बाबाची, याचा काहीही बोध मूर्ती पाहून होत नव्हता. आम्ही जरा वेळ तेथे घुटमळलो. सभोवतीच्या ओट्यावर प्रदक्षिणावजा एक चक्कर टाकली. आता आम्हाला घरून निघून बराच वेळ झाला होता. म्हणून मग आम्ही तेथून तडक

घरी आलो.

घरी आलो तेव्हा मोठे बाबा, मोठा चुलतभाऊ, आणखी दोघंचौघं बैलजोडीचा सौदा करण्यासाठी चिला चिकट्याच्या घरी जाण्याच्या तयारीतच होते. आम्ही दोघंही मग त्यांच्या सोबत चिला चिकट्याच्या घरी गेलो. चिला चिकट्याची बैलांची जोडी त्याच्या दारीच बाहेर पटांगणात उघड्यावरच बांधलेली होती. रंगानं एक जांभा तर दुसरा पांढरा होता. जांभा बैल हाडापेरानं चांगला मजबूत होता, तर पांढरा बैल जरासा फाटक्या अंगाचा होता. चिला चिकट्यानं जोडीची किंमत सव्वाचारशे रुपये सांगितली. बाबांनी धडकन जोडी चारशेला मागितली. एरंडोली करून चारशे दहा रुपयात सौदा झाला. बैलांना दावं लावून देताना चिला चिकट्याच्या डोळ्यांत टचकन पाणी आलं. ज्या बैलांच्या सहवासात शेतकरी उन्हापावसात कष्ट करतो, ज्यांच्या सहवासात तो रात्रंदिवस वावरतो, ते बैल विकतांना शेतकऱ्याच्या डोळ्यांत पाणी येणं साहजिकच असतं. नाही म्हटलं तरी सहवासातून शेतकऱ्याला आपल्या बैलांचा लळा लागलेलाच असतो. दावं लावून बैलजोडी घेतल्यावर तीच जोडी गाडीला जुंपून आम्ही घरी आलो.

घरी आल्यावर नवीन आणलेल्या जोडीचं आईनं 'आखनं' केलं. बैलांच्या पायावर पाणी टाकून त्यांचे पाय धुतले. त्यांच्या कपाळाला हळद-कुंकू लावून, दिव्यानं ओवाळून त्यांची पूजा केली. त्यांना ज्वारीचा घास भरवला. नवीन आणलेली बैलाची जोडी कौतुकानं पहायला आलेल्या चार-चौघांना गूळ-खोबऱ्याचा प्रसाद देऊन त्यांचं तोंड गोड केलं. चार-सहा दिवस औतगाडीला जुंपून आमच्या गडीमाणसानं बैलांची ताशीर ओळखून नामकरण केलं. हाडापेरानं मजबूत जांभा गाडीला धावण्यात पटाईत म्हणून त्याचं नाव 'वाऱ्या', तर दुसरा पांढरा-बदकाच्या पिलासारखा दुलारा, म्हणून त्याचं नाव ठेवलं 'दुलाऱ्या'. या वाऱ्या-दुलाऱ्याच्या जोडीनं पुढे पाच-सात वर्ष आमच्या घरी काम केलं. गुरांच्या बाजारातून नाही, तर खेड्यावरून शेतकऱ्याच्या घरून विकत आणलेली जोडी म्हणून 'वाऱ्या-दुलाऱ्याची' जोडी अजूनही माझ्या आठवणीत आहे.

❑❑

लेखक परिचय

नाव	-	रवीन्द्र पांढरे
पत्ता	-	'कथोकळी' पहूर (पेठ) ता. जामनेर जि. जळगाव पिन कोड : ४२४ २०५
भ्रमणभाष	-	९४०३०१९६१७
लेखनाचा मानबिंदू	-	'गांव' साहित्य लेखनाचं केंद्र 'बोली' साहित्याचं 'लेणं'
प्रकाशित साहित्य	-	१) 'लव्हाळ्याचे तुरे' (कवितासंग्रह) सुविचार प्रकाशन, नागपूर. (म. रा. सा. संस्कृती मंडळाच्या अनुदानाने) २) 'मातीतली माणसं' (कथासंग्रह) प्रतिमा प्रकाशन, पुणे ३) 'अवघाची संसार' (कादंबरी) श्री विद्या प्रकाशन, पुणे. ४) 'गाण्यांत झुले रान' (मुलांसाठी कविता) महाजन पब्लिशिंग हाऊस, पुणे

प्रकाशनाच्या प्रतीक्षेत	- १) 'सायड' (कादंबरी)
	२) 'पोटमारा' (कादंबरी)
	३) 'मायमका' (कथासंग्रह)

पुरस्कार — 'मातीतली माणसं' कथासंग्रहास दोन पुरस्कार
१) राज्य शासनाचा उत्कृष्ट वाङ्मयनिर्मिती
पुरस्कार
२) 'रोहमारे ट्रस्ट' चा उत्कृष्ट ग्रामीण
साहित्यनिर्मिती पुरस्कार

सन्मान — १) 'वारकरी' कथेचा पाठ्यपुस्तकात समावेश
२) 'अवघाची संसार' कादंबरीवर आधारित
चित्रपट येऊ घातलाय.

❏❏